ANG MAGANDANG BULAK KENDI AKLAT NG LUTUIN

Magpakasawa sa 100 Matamis Na Pantasya na may Nabulok Na Kasiyahan, Buhay Na Buhay Na Lasa, at Pinong Spins ng Kalambutan

Manuela Soto

Copyright Material ©2024

Lahat ng Karapatan ay Nakalaan

Walang bahagi ng aklat na ito ang maaaring gamitin o ipadala sa anumang anyo o sa anumang paraan nang walang wastong nakasulat na pahintulot ng publisher at may-ari ng copyright, maliban sa mga maikling sipi na ginamit sa isang pagsusuri. Ang aklat na ito ay hindi dapat ituring na kapalit ng medikal, legal, o iba pang propesyonal na payo.

TALAAN NG MGA NILALAMAN

TALAAN NG NILALAMAN 3
PANIMULA 6
HOMEMADE COTTON CANDY 8
   1. Hinila-kamay na Cotton Candy 9
   2. Cotton Candy na Gawa sa Makina 12
ALMUHAN 14
   3. Cotton Candy Donut na may Glaze 15
   4. Mga Waffle na may Cotton Candy Frosting 18
   5. Cotton Candy Breakfast Parfait 20
   6. Cotton Candy Souffle Pancake 22
   7. Cotton Candy Protein Pudding 25
   8. Cotton Candy Breakfast Bagel 27
   9. Cotton Candy French Toast 29
   10. Cotton Candy Stuffed Croissant 31
   11. Cotton Candy Yogurt Parfait 33
   12. Almusal Sundaes 35
   13. Cotton Candy Smoothie Bowl 37
   14. Cotton Candy Breakfast Crepes 39
   15. Cotton Candy Breakfast Muffins 41
   16. Cotton Candy Mini Donuts 43
   17. Cotton Candy Pancake Stack 46
   18. Cotton Candy Breakfast Smoothie 48
   19. Cotton Candy Breakfast Toast 50
   20. Cotton Candy Almusal Oatmeal 52
MERYENDA 54
   21. Cotton Candy Cheesecake Pretzel Bites 55
   22. Cotton Candy Popcorn 57
   23. Cotton Candy Rice Krispie Treats 59
   24. Cotton Candy Whoopie Pies 61
   25. Cotton Candy S'mores 63
   26. Cotton Candy Puppy Chow 65
   27. Cotton Candy Unicorn horns 67
   28. Cotton Candy Snack Ball 69
   29. Mga Cotton Candy Krispie Bar 71
   30. Cotton Candy Circus Cookies 74
   31. Cotton Candy Pretzel Rods 77
   32. Cotton Candy Energy Bites 79
   33. Cotton Candy Cake Pops 81
   34. Cotton Candy Chocolate Bark 83
   35. Cotton Candy Chex Mix 85
   36. Cotton Candy Granola Bars 87

37. Cotton Candy Marshmallow Pops 89
  38. Cotton Candy Cheesecake Bar 91
  39. Cotton Candy Stuffed Cookies 93
  40. Cotton Candy Marshmallow Cereal Treats 95

DIPS 97
  41. Cotton Candy Dip 98
  42. Cotton Candy Marshmallow Dip 100
  43. Cotton Candy Yogurt Dip 102
  44. Cotton Candy Chocolate Dip 104
  45. Cotton Candy Fruit Dip 106
  46. Cotton Candy Peanut Butter Dip 108
  47. Cotton Candy Whipped Cream Dip 110

DESSERT 112
  48. Cotton Candy Éclairs 113
  49. Mga Cotton Candy Cupcake 116
  50. No-Churn Cotton Candy Ice Cream 119
  51. Cotton Candy Layer Cake 121
  52. Cotton Candy Ice Cream Sandwich 124
  53. Marbled Cotton Candy Fudge 126
  54. Cotton Candy Cookie Sandwich 128
  55. Cotton Candy Marshmallow Fudge 131
  56. Blue Cotton Candy Cake 133
  57. Cotton Candy Sugar Cookies 136
  58. Cotton Candy Oreo Truffles 138
  59. Cotton Candy Macarons 141
  60. Cotton Candy Poke Cake 145
  61. Natutunaw ang Cotton Candy Creme 147
  62. Cotton Candy Mousse 149
  63. Cotton Candy Affogato 151
  64. Cotton Candy Panna Cotta 153
  65. Cotton Candy Rice Pudding 155
  66. Cotton Candy Cream Puffs 157
  67. Kakaibang Pastel Cotton Candy Apples 159
  68. Cotton Candy Popsicles 162
  69. Cotton Candy Dessert Burrito 164
  70. Cotton Candy Pancake Dippers 166
  71. Cotton Candy Trifle 168
  72. Cotton Candy Cake Roll 170
  73. Cotton Candy Cheesecake 172

FROSTING AT GLAZE 175
  74. Cotton Candy Cream Cheese Frosting 176
  75. Cotton Candy Buttercream Frosting 178
  76. Cotton Candy Glaze 180

77. Cotton Candy Swiss Meringue Buttercream 182
78. Cotton Candy Glaze na may White Chocolate 184
79. Cotton Candy Royal Icing 186
80. Cotton Candy Ganache 188

INUMAN 190

81. Cotton Candy Martini 191
82. Cotton Candy Margarita 193
83. Cotton Candy Milkshake Shots 195
84. Cotton Candy Coffee 197
85. Cotton Candy Frappuccino 199
86. Berry Cotton Candy Cocktail 201
87. Cherry Cotton Candy Cocktail 203
88. Dreamy Cotton Candy Martini 205
89. Fairy Floss Martini 207
90. Cotton Candy Cream Soda 209
91. Sparkling Cotton Candy Spritzer 211
92. Blue Lagoon Cotton Candy Cocktails 213
93. Cotton Candy Hot Chocolate 215
94. Cotton Candy Milkshake 217
95. Cotton Candy Sparkler 219
96. Cotton Candy Pineapple soda 221
97. Cotton Candy Iced Tea 223
98. Cotton Candy Punch 225
99. Cotton Candy Lemonade 227
100. Cotton Candy Mocktail 229

KONKLUSYON 231

PANIMULA

Maligayang pagdating sa "ANG MAGANDANG BULAK KENDI AKLAT NG LUTUIN: Magpakasawa sa 100 Matamis Na Pantasya na may Nabulok Na Kasiyahan, Buhay Na Buhay Na Lasa, at Pinong Spins ng Kalambutan." Ang cotton candy, na may ethereal na hitsura at matamis, melt-in-your-mouth texture, ay nakakabighani ng mga puso at panlasa sa loob ng maraming henerasyon. Sa kakaibang cookbook na ito, inaanyayahan ka naming magsimula sa isang paglalakbay sa isang matamis na lugar ng kamanghaan, kung saan ang bawat recipe ay nangangako na maakit at magpapasaya.

Ang cotton candy ay higit pa sa isang carnival treat; ito ay isang simbolo ng kagalakan, nostalgia, at purong indulhensiya. Dahil sa makulay nitong mga kulay at maselan na pag-ikot ng fluffiness, may kapangyarihan ang cotton candy na ihatid tayo pabalik sa walang kabuluhang mga araw ng pagkabata at pukawin ang damdamin ng kaligayahan at pagtataka. Sa cookbook na ito, ipinagdiriwang namin ang mahika ng cotton candy at tinutuklasan ang walang katapusang mga posibilidad nito sa kusina.

Mula sa mga klasikong lasa tulad ng pink vanilla at asul na raspberry hanggang sa mapanlikhang mga likha tulad ng lavender lemonade at watermelon mint, ang mga recipe sa cookbook na ito ay nagpapakita ng versatility ng cotton candy at ang kakayahang itaas ang anumang dessert sa bagong taas. Kung gusto mo ng isang bagay na magaan at maprutas o decadently rich at chocolatey, mayroong cotton candy-inspired treat para sa bawat okasyon at kagustuhan sa panlasa.

Ngunit ang cookbook na ito ay higit pa sa isang koleksyon ng mga recipe; ito ay isang pagdiriwang ng pagkamalikhain, imahinasyon, at kagalakan ng indulhensiya. Nagho-host ka man ng kakaibang tea party, nagpaplano ng isang maligaya na pagdiriwang ng kaarawan, o simpleng pagpapasaya sa iyong sarili, ang mga recipe na ito ay siguradong magdaragdag ng kakaibang magic sa anumang okasyon.

Kaya, kung ikaw ay isang baker na baker na naghahanap upang magdagdag ng kakaibang twist sa iyong repertoire o isang baguhan na sabik na tuklasin ang mundo ng cotton candy-inspired na dessert, ang "ANG MAGANDANG BULAK KENDI AKLAT NG LUTUIN" ay may para sa iyo. Humanda sa pagpapakasawa sa iyong matamis na ngipin at palayain ang iyong panloob na anak habang naglalakbay kami sa isang mundo ng matamis na pantasya at dekadenteng kasiyahan.

HOMEMADE COTTON CANDY

1.Cotton Candy na hinila ng kamay

MGA INGREDIENTS:
- 2 tasang asukal
- ¼ tasa ng corn syrup
- ½ kutsarita ng suka
- 1 tasang tubig
- Kulay/mga extract ng pagkain na iyong pinili
- Maraming gawgaw para sa patong

MGA TAGUBILIN:
a) Alisin ang isang malaki at malinis na ibabaw kung saan ka magtatrabaho.
b) Magwiwisik ng maraming gawgaw sa ibabaw upang maiwasang dumikit ang cotton candy.

GUMAWA NG SUGAR SYRUP:
c) Sa isang kasirola, pagsamahin ang asukal, corn syrup, suka, at tubig.
d) Init ang timpla sa katamtamang init, pagpapakilos hanggang sa matunaw ang asukal.
e) Kapag natunaw na ang asukal, itigil ang paghahalo, at hayaang kumulo ang timpla.
f) Gumamit ng candy thermometer at painitin ang syrup hanggang umabot ito sa hard-crack stage (sa paligid ng 300°F o 150°C).
g) Alisin ang syrup mula sa init at hayaan itong lumamig nang bahagya.
h) Magdagdag ng kulay ng pagkain o mga extract na gusto mo para makuha ang ninanais na kulay at lasa.

PILITIN ANG COTTON CANDY:
i) Isawsaw ang mga daliri ng magkabilang kamay sa may kulay at may lasa na syrup.
j) Hawakan ang iyong mga kamay sa itaas ng inihandang ibabaw at i-flick ang iyong mga daliri, hayaang umikot ang syrup sa manipis na mga hibla.
k) Hayaang mahulog ang spun sugar sa ibabaw, na lumilikha ng cotton candy web.

HIHALA AT HUMUHA:
l) Kapag sapat na ang cotton candy, gamitin ang iyong mga kamay upang dahan-dahang hilahin at hubugin ito sa mas malaki, mas malambot na masa.
m) Ipagpatuloy ang paghila at paghubog hanggang sa makuha mo ang nais na laki at hugis.

SERVE O PACKAGE:
n) Ipunin ang hinila na cotton candy sa mga malalambot na bungkos.
o) Maaari mo itong ihain kaagad o i-package ito sa mga indibidwal na serving para sa ibang pagkakataon.

2.Cotton Candy na Gawa sa Machine

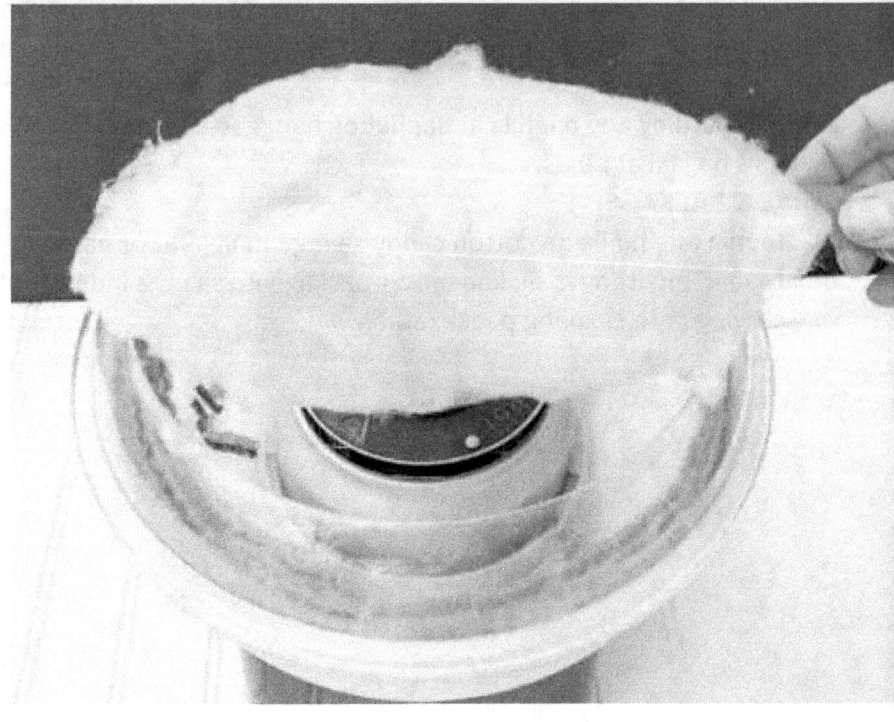

MGA INGREDIENTS:
- Floss sugar
- Matigas na kendi

MGA TAGUBILIN:
a) Magsimula sa pamamagitan ng pagsaksak sa makina at hayaan itong uminit sa loob ng 5-10 minuto. Para sa matapang na kendi, sapat na ang 5 minutong warm-up, habang ang floss sugar ay nangangailangan ng 10 minuto.
b) Kapag sapat na ang init, patayin ang unit at idagdag ang alinman sa hard candy o floss sugar sa ulo ng extractor. Dalawang hard candies o isang scoop ng floss sugar ang dapat gamitin.
c) I-on muli ang switch, at makikita mo ang mabilis na pagbuo ng mga pinong, flossy cotton bits.
d) Hawakan ang isang kono nang pahalang sa ibabaw ng yunit at patuloy na paikutin ito upang maipon ang koton.
e) Magpatuloy sa pag-ikot hanggang sa makuha mo ang lahat ng cotton candy.
f) Ulitin ang proseso gamit ang mga karagdagang cone o ipagpatuloy ang pagdaragdag sa parehong kono upang lumikha ng isang malaking cotton candy treat.

BREAKFAST

3.Cotton Candy Donut na may Glaze

MGA INGREDIENTS:

PARA SA BRIOCHE DONUT DOUGH:
- 3 ½ tasang all-purpose na harina
- 1 kutsarang instant yeast
- ¼ tasa ng butil na asukal
- 1 kutsarang asin
- ¾ tasa ng buong gatas, pinainit
- 2 malalaking itlog, temperatura ng silid
- 2 kutsarita ng vanilla bean paste o katas
- 4 na kutsarang unsalted butter, cubed, room temp

PARA SA COTTON CANDY WHITE CHOCOLATE GLAZE:
- 1 tasa puting tsokolate, tinadtad o chips
- ¼ tasa ng mabigat na cream
- 1 kutsarang unsalted butter, temperatura ng kuwarto
- ⅛ kutsarita ng cotton candy oil flavoring
- ¼ kutsarita ng pinong asin
- 3-4 na patak ng kulay rosas na kendi
- ¼ cup sprinkles, para matapos

MGA TAGUBILIN:

PARA SA BRIOCHE DONUT DOUGH:
a) Pagsamahin ang harina, lebadura, asukal, at asin sa isang mangkok ng panghalo. Pagsamahin hanggang sa maayos na pinagsama.
b) Painitin nang marahan ang gatas hanggang 100 F. Suriin ang temperatura gamit ang thermometer.
c) Dahan-dahang ihalo ang mga itlog sa gatas, magdagdag ng banilya, at pagsamahin sa mga tuyong sangkap.
d) Gamit ang dough hook, paghaluin at masahin sa mababa hanggang katamtamang bilis sa loob ng 30 minuto.
e) Pagkatapos ng 30 minuto, ipagpatuloy ang paghahalo habang nagdaragdag ng mga cube ng room-temperature butter, isa o dalawa sa isang pagkakataon. Payagan ang mantikilya na isama bago magdagdag ng higit pa. Magpatuloy hanggang ang lahat ng mantikilya ay maisama.
f) Hayaang maghalo para sa karagdagang 10 minuto.

g) Alisin ang kuwarta, bumuo ng bahagyang masikip na bola, ilagay sa isang mangkok na may bahagyang langis, takpan, at patunay sa loob ng isang oras.
h) Punch ang kuwarta pababa at tiklupin tulad ng sa hakbang 7.
i) Ibalik sa mangkok, takpan ng plastic wrap, at palamigin magdamag.
j) Pagkatapos ng hindi bababa sa 6 na oras ng paglamig, igulong ang kuwarta sa isang 12-pulgadang bilog. Ibalik sa refrigerator sa loob ng 20 minuto.
k) Gamit ang floured donut cutter, pindutin nang diretso pababa para gupitin ang mga donut. Ilipat ang mga ginupit na donut sa parchment paper sa isang baking sheet.
l) Patunay sa isang mainit, mamasa-masa na kapaligiran sa loob ng isang oras.
m) Painitin ang mantika sa 325 F. Maingat na ibababa ang mga donut sa mantika gamit ang parchment paper para sa kaunting abala. Iprito hanggang sa ginto, i-flip, at alisan ng tubig.

PARA SA COTTON CANDY WHITE CHOCOLATE DONUT GLAZE:
n) Ilagay ang puting tsokolate, mantikilya, at isang pakurot ng asin sa isang mangkok ng paghahalo.
o) Init ang cream hanggang umuusok, ibuhos ang tsokolate, at hayaang umupo ng 5 minuto.
p) Magdagdag ng cotton candy oil, at ihalo hanggang makinis. Magdagdag ng pangkulay ng kendi kung ninanais.
q) Isawsaw ang mga donut sa glaze, at tapusin na may sprinkles. Ang gawang bahay na cotton candy ay opsyonal ngunit kasiya-siya.

4. Mga Waffle na may Cotton Candy Frosting

MGA INGREDIENTS:
- 3 ¼ cup all-purpose flour o whole wheat flour
- 2 scoop na Protein Powder, Cotton Candy Flavor
- 2 kutsarang baking powder
- 1 kutsarita ng asin
- 2 ¼ tasa ng gatas
- 2 itlog
- 3 kutsarang mantikilya o langis ng niyog, natunaw
- 3 kulay na pangkulay ng pagkain na pinili
- Pagwilig ng langis

MGA TAGUBILIN:
a) Haluin ang mga tuyong sangkap sa isang malaking mangkok.
b) Idagdag ang gatas, itlog, at tinunaw na mantikilya (o langis ng niyog) at haluin hanggang sa walang matitirang bukol.
c) Paghiwalayin ang batter sa tatlong quart-size na plastic bag.
d) Magdagdag ng 4-5 patak ng food coloring sa bawat bag, isara ito, at gamit ang iyong mga kamay ihalo ito mula sa labas ng bag hanggang sa makakuha ka ng isang magkakaugnay na kulay.
e) Ulitin para sa natitirang mga bag/kulay. Painitin ang mini waffle iron at i-spray ng nonstick spray.
f) Gupitin ang isang maliit na sulok sa bawat bag at pipe squiggly lines sa ibabaw ng iyong waffle iron, ulitin sa iba pang mga kulay.
g) Isara ang tuktok at lutuin hanggang sa maging matatag ang batter. Hindi mo gustong mag-overcook, o magiging brown ang mga kulay. Ihain kasama ng sariwang prutas!

5. Cotton Candy Breakfast Parfait

MGA INGREDIENTS:
- Greek yogurt
- Granola
- Mga sariwang berry
- Koton kendi

MGA TAGUBILIN:
a) Sa isang baso o mangkok, i-layer ang Greek yogurt, granola, sariwang berry, at maliliit na piraso ng cotton candy.
b) Ulitin ang mga layer hanggang sa mapuno ang baso o mangkok.
c) Itaas na may dagdag na sprinkle ng granola at isang piraso ng cotton candy.
d) Ihain kaagad at tamasahin ang iyong masarap na cotton candy breakfast parfait!

6.Cotton Candy Souffle Pancake

MGA INGREDIENTS:
COTTON CANDY SOUFFLE PANCAKE:
- 4 na itlog, pinaghiwalay
- ½ tasa ng butil na asukal, pinainit
- May kulay na asukal
- ½ tasang harina
- 6 na kutsarang gatas
- ¾ kutsarita ng baking powder
- Langis, para sa pagprito

GARNISH:
- Strawberries
- Blueberries
- Strawberry sauce

MGA TAGUBILIN:
a) Sa isang malaking mangkok ng paghahalo, haluin ang mga pula ng itlog hanggang sa maging maputla ang kulay.
b) Dahan-dahang idagdag ang mainit-init na butil na asukal sa mga pula ng itlog, patuloy na kumulo hanggang ang timpla ay mahusay na pinagsama at bahagyang lumapot.
c) Pagwiwisik ng kulay na asukal sa pinaghalong pula ng itlog at tiklupin ito nang dahan-dahan, isama ito nang pantay-pantay.
d) Salain ang harina at dahan-dahang itupi ito sa pinaghalong pula ng itlog hanggang sa pagsamahin lamang.
e) Sa isang hiwalay na mangkok, pagsamahin ang gatas at baking powder. Dahan-dahang idagdag ang timpla na ito sa egg yolk batter, haluin hanggang makinis.
f) Sa isa pang malinis at tuyo na mangkok, hagupitin ang mga puti ng itlog hanggang sa mabuo ang stiff peak.
g) Maingat na tiklupin ang whipped egg whites sa batter, na tinitiyak ang isang magaan at malambot na pagkakapare-pareho.
h) Mag-init ng non-stick pan o griddle sa katamtamang apoy at bahagyang grasa ng mantika.
i) Kutsara ang isang bahagi ng batter sa kawali, na lumilikha ng mga bilog na pancake. Lutuin hanggang sa magsimulang magtakda ang mga gilid, at ang ibaba ay nagiging ginintuang kayumanggi.

j) Maingat na i-flip ang mga pancake at lutuin ang kabilang panig hanggang sa ginintuang kayumanggi at maluto.
k) Alisin ang mga pancake mula sa kawali at isalansan ang mga ito sa isang serving plate.
l) Palamutihan ng mga sariwang strawberry at blueberry, at lagyan ng strawberry sauce para sa dagdag na lasa.
m) Ihain kaagad ang Cotton Candy Souffle Pancake, at tamasahin ang nakakatuwang kumbinasyon ng malambot na texture at tamis ng prutas.

7. Cotton Candy Protein Pudding

MGA INGREDIENTS:
- 11.2 ounces ng cotton candy-flavored creamer
- 2 kutsara ng vanilla-flavored protein powder
- 1 kutsarita ng purong vanilla extract
- ½ kutsarita ng pulang beet crystals (opsyonal para sa kulay)
- Isang kurot ng asin
- Pangpatamis ng prutas ng monghe na walang asukal (opsyonal)
- ¼ tasa ng puting chia seeds
- Opsyonal na mga topping: berries, cotton candy grapes, granola, coconut chips na may matcha latte flavor, crunchy cookies, o toppings na gusto mo

MGA TAGUBILIN:
a) Sa isang mangkok o blender na lalagyan, pagsamahin ang creamer o gatas, protina na pulbos, vanilla extract, pulang beet crystal, at asin. Paghaluin o haluin nang mataas hanggang sa lubusang halo-halong. Patamisin ayon sa iyong panlasa.
b) Magdagdag ng chia seeds at whisk o pulse-blend hanggang sa pagsamahin lang. Bilang kahalili, ganap na timpla kung gusto mo ng mas makinis na texture ng puding.
c) Ilipat ang pinaghalong sa isang mangkok o hatiin ito sa isang solong paghahatid ng mason jar, pagkatapos ay takpan.
d) Hayaang umupo ito ng 10 minuto, pagkatapos ay ihalo o iling mabuti, takpan muli, at palamigin magdamag.
e) Sa umaga, haluing mabuti at ayusin ang tamis at/o gatas para sa iyong ninanais na lasa at pagkakapare-pareho.
f) Ihain ang pinalamig o mainit-init kasama ng iyong ginustong mga toppings.
g) Ang mga natirang pagkain ay maaaring itabi sa isang lalagyan ng airtight sa refrigerator sa loob ng 3 hanggang 4 na araw.

8. Cotton Candy Breakfast Bagel

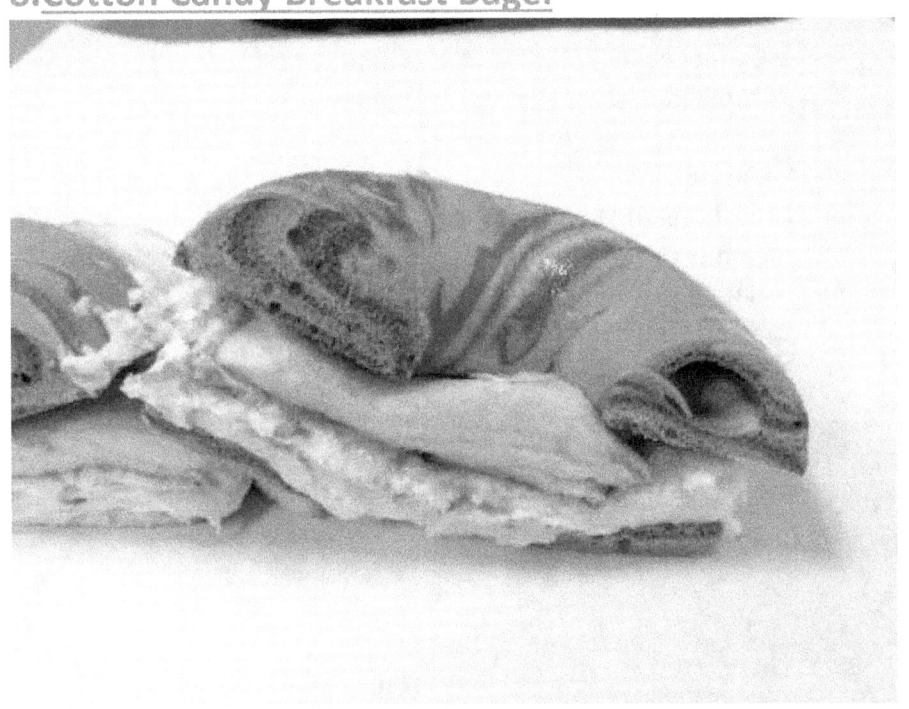

MGA INGREDIENTS:
- Rainbow Bagel
- Cream cheese
- Koton kendi

MGA TAGUBILIN:
a) I-toast ang mga bagel hanggang sa maabot nila ang iyong ninanais na antas ng crispness.
b) Ikalat ang isang masaganang layer ng cream cheese sa bawat toasted bagel kalahati.
c) Maglagay ng maliliit na piraso ng cotton candy sa ibabaw ng cream cheese.
d) Tangkilikin ang iyong kakaiba at masarap na cotton candy breakfast bagel!

9. Cotton Candy French Toast

MGA INGREDIENTS:
- 4 na hiwa ng tinapay (mas mabuti brioche)
- 2 malalaking itlog
- ½ tasang gatas
- 1 kutsarita vanilla extract
- ¼ kutsarita ng asin
- ¼ kutsarita ng giniling na kanela
- Cotton candy flavoring o extract (ilang patak, sa panlasa)
- Cotton candy (para sa dekorasyon)
- Maple syrup (para sa paghahatid)

MGA TAGUBILIN:
a) Sa isang mababaw na mangkok, haluin ang mga itlog, gatas, vanilla extract, asin, giniling na kanela, at ilang patak ng cotton candy na pampalasa hanggang sa maayos na pinagsama.
b) Magpainit ng non-stick skillet o griddle sa katamtamang init.
c) Isawsaw ang bawat hiwa ng tinapay sa pinaghalong itlog, siguraduhing pantay na nababalutan ang magkabilang panig.
d) Ilagay ang pinahiran na mga hiwa ng tinapay sa mainit na kawali at lutuin hanggang sa ginintuang kayumanggi sa magkabilang panig, humigit-kumulang 2-3 minuto bawat panig.
e) Kapag naluto na, ilipat ang mga hiwa ng French toast sa mga serving plate.
f) Palamutihan ang bawat hiwa ng napakaraming cotton candy habang mainit pa ang French toast, na hinahayaan itong bahagyang matunaw.
g) Ibuhos ang maple syrup para sa dagdag na tamis.
h) Ihain kaagad at tamasahin ang iyong kaaya-ayang Cotton Candy French Toast na may sari-saring lasa ng cotton candy!

10. Cotton Candy Stuffed Croissant

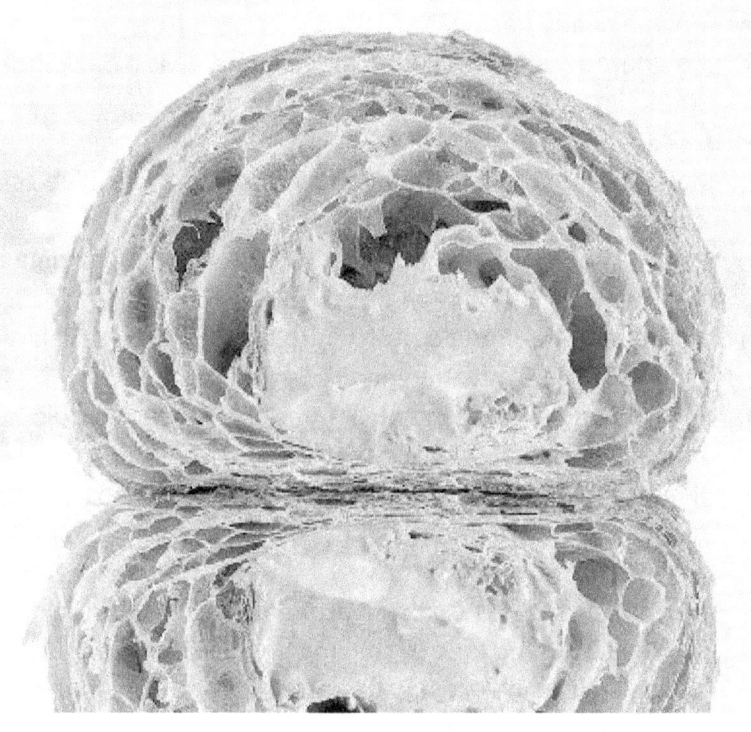

MGA INGREDIENTS:
- 1 pakete ng pinalamig na croissant dough
- Cotton candy (lasa na gusto mo)
- Powdered sugar (opsyonal, para sa pag-aalis ng alikabok)

MGA TAGUBILIN:
a) Painitin muna ang iyong oven ayon sa mga tagubilin sa pakete ng croissant dough.
b) I-unroll ang croissant dough at paghiwalayin ito sa mga indibidwal na tatsulok.
c) Kumuha ng kaunting cotton candy at ilagay ito sa malawak na dulo ng bawat croissant triangle.
d) I-roll up ang mga croissant, simula sa malawak na dulo at isukbit sa mga gilid upang i-seal ang cotton candy sa loob.
e) Ilagay ang mga pinalamanan na croissant sa isang baking sheet na nilagyan ng parchment paper, na nag-iiwan ng ilang espasyo sa pagitan ng bawat isa.
f) Ihurno ang mga croissant sa preheated oven ayon sa mga tagubilin sa pakete o hanggang sa maging golden brown ang mga ito.
g) Kapag naluto na, alisin ang mga croissant sa oven at hayaang lumamig nang bahagya.
h) Opsyonal: Alikabok ng powdered sugar ang mga stuffed croissant para sa dagdag na tamis.
i) Ihain nang mainit ang Cotton Candy Stuffed Croissant at tamasahin ang malapot na cotton candy na sorpresa sa loob!

11. Cotton Candy Yogurt Parfait

MGA INGREDIENTS:
- 1 tasa ng vanilla yogurt
- Rosas na cotton candy
- Asul na cotton candy
- Graham crackers, durog

MGA TAGUBILIN:
a) Kumuha ng serving glass o bowl para i-assemble ang iyong parfait.
b) Magsimula sa pamamagitan ng pagdaragdag ng isang layer ng vanilla yogurt sa ilalim ng baso.
c) Maglagay ng kaunting durog na Graham crackers sa ibabaw ng yogurt upang lumikha ng magandang texture.
d) Ngayon, magdagdag ng isang layer ng pink cotton candy sa ibabaw ng Graham crackers at yogurt.
e) Sundin ito ng isa pang layer ng vanilla yogurt, na tinitiyak ang pantay na pamamahagi.
f) Magwiwisik ng mas durog na Graham crackers sa ibabaw ng pangalawang layer ng yogurt.
g) Magdagdag ng isang layer ng asul na cotton candy sa ibabaw ng Graham crackers.
h) Ulitin ang proseso hanggang sa maabot mo ang tuktok ng baso, na nagtatapos sa isang huling layer ng cotton candy.
i) Opsyonal, palamutihan ang tuktok ng isang maliit na piraso ng cotton candy para sa dagdag na pandekorasyon na hawakan.
j) Ihain kaagad at tamasahin ang iyong kaaya-ayang Cotton Candy Yogurt Parfait!

12. Mga Linggo ng almusal

MGA INGREDIENTS:
- 1 tasang Cotton Candy Crunch cereal
- 1 tasa ng vanilla yogurt
- 1 tasa sariwang halo-halong berries (strawberries, blueberries, raspberries)
- Whipped cream
- 2 kutsarang pulot o maple syrup (opsyonal)
- Mga sprinkle para sa dekorasyon (opsyonal)

MGA TAGUBILIN:
a) Magsimula sa pamamagitan ng pagpapatong sa ilalim ng iyong serving dish na may masaganang bahagi ng Cotton Candy Crunch cereal.
b) Sandok ng isang layer ng vanilla yogurt sa ibabaw ng cereal, na tinitiyak ang pantay na pamamahagi.
c) Magdagdag ng isang layer ng mixed berries sa ibabaw ng yogurt.
d) Ulitin ang mga layer hanggang sa maabot mo ang tuktok ng ulam, tinatapos na may panghuling layer ng Cotton Candy Crunch cereal.
e) Dollop whipped cream sa tuktok ng bawat sundae.
f) Kung ninanais, ibuhos ang pulot o maple syrup sa ibabaw ng whipped cream para sa karagdagang tamis.
g) Palamutihan ng sprinkles para sa isang masaya at makulay na ugnayan.
h) Ihain kaagad at tamasahin ang iyong masarap na Breakfast Sundae!

13. Cotton Candy Smoothie Bowl

MGA INGREDIENTS:
- 2 frozen na saging
- 1 tasa ng strawberry
- 1/2 tasa ng gatas o walang gatas na alternatibo
- Cotton candy flavoring o aktwal na cotton candy
- Granola
- Sariwang prutas (opsyonal)

MGA TAGUBILIN:
a) Sa isang blender, pagsamahin ang frozen na saging, strawberry, at gatas.
b) Haluin hanggang makinis.
c) Ibuhos ang smoothie sa isang mangkok.
d) Itaas ang mga piraso ng cotton candy, granola, at sariwang prutas kung ninanais.
e) I-enjoy ang iyong cotton candy smoothie bowl!

14. Cotton Candy Breakfast Crepes

MGA INGREDIENTS:
- Batter ng krep
- Cream cheese
- Koton kendi
- May pulbos na asukal (opsyonal)

MGA TAGUBILIN:
a) Ihanda ang crepe batter ayon sa paborito mong recipe.
b) Lutuin ang crepes sa isang non-stick pan.
c) Kapag naluto na, ikalat ang isang manipis na layer ng cream cheese sa bawat crepe.
d) Budburan ng maliliit na piraso ng cotton candy ang cream cheese.
e) I-roll up ang crepe.
f) Alikabok ng may pulbos na asukal kung ninanais.
g) Ihain at tangkilikin ang iyong cotton candy breakfast crepes!

15. Cotton Candy Breakfast Muffins

MGA INGREDIENTS:
- Muffin batter (blueberry o vanilla)
- Koton kendi

MGA TAGUBILIN:
a) Painitin muna ang iyong hurno ayon sa mga tagubilin sa recipe ng muffin.
b) Ihanda ang muffin batter ayon sa itinuro.
c) Punan ang bawat muffin cup sa kalahati ng batter.
d) Maglagay ng maliit na piraso ng cotton candy sa gitna ng bawat muffin cup.
e) Magdagdag pa ng batter sa ibabaw para matakpan ang cotton candy.
f) Maghurno ayon sa mga tagubilin sa recipe ng muffin.
g) Kapag lumamig na, magkakaroon ka ng sorpresang cotton candy-filled na muffins para sa almusal!

16. Mga Mini Donut ng Cotton Candy

MGA INGREDIENTS:
PARA SA MGA DONUTS:
- 2 tasang Cotton Candy Sugar Cookie Mix
- ¼ kutsarita ng baking soda
- ⅛ kutsarita ng asin
- 2 itlog
- 3 kutsarang langis ng gulay
- ⅓ tasa ng Cotton Candy Greek Yogurt

PARA SA GLAZE:
- 5 kutsarang gatas
- ½ kutsarita ng vanilla
- 1 kutsarita ng Cotton Candy Flavor Mix
- 2 tasang powdered sugar
- Mga sprinkles

MGA TAGUBILIN:
PARA SA MGA DONUTS:
a) Painitin muna ang oven sa 375ºF at lagyan ng grasa ang isang mini donut pan na may nonstick cooking spray.
b) Sa isang malaking mangkok, haluin ang sugar cookie mix, baking soda, at asin. Idagdag ang mga itlog, langis, at yogurt, at pukawin hanggang sa pinagsama.
c) Ibuhos ang batter sa isang malaking plastic zip-top bag. Gupitin ang dulo sa isa sa mga sulok sa ibaba at punan ang bawat donut reservoir nang halos kalahati.
d) Maghurno sa oven sa loob ng 7-8 minuto o hanggang sa bumalik ang mga donut kapag bahagyang hinawakan. Hayaang lumamig ang mga donut sa donut pan sa loob ng 3 minuto bago ilipat sa wire rack upang ganap na lumamig.

PARA SA GLAZE:
e) Pagsamahin ang gatas, vanilla, at Flavor Mix sa isang maliit na kasirola at init sa mahinang apoy hanggang mainit.
f) Salain ang powdered sugar sa pinaghalong gatas. Haluin nang dahan-dahan hanggang sa maayos na pinagsama.

PARA MAGTITIPON:
g) Alisin ang glaze mula sa apoy at ilagay sa isang mangkok ng mainit na tubig.
h) Isawsaw ang mga tuktok ng mga donut sa glaze, nang paisa-isa, at ilagay ang mga ito sa wire rack na may wax paper sa ilalim upang mahuli ang anumang tumulo. Agad na itaas na may sprinkles. Nag-set up ang glaze sa ilang segundo, kaya siguraduhing idagdag ang mga sprinkles bago magsawsaw ng mas maraming donut.
i) Hayaang mag-set ang mga donut ng 5 minuto bago ihain.
j) Ang mga donut ay mananatiling sariwa at malambot sa isang lalagyan ng airtight nang hanggang 4 na araw.

17. Cotton Candy Pancake Stack

MGA INGREDIENTS:
- Pancake mix (o gawang bahay na batter)
- Koton kendi
- MAPLE syrup

MGA TAGUBILIN:
a) Ihanda ang pancake batter ayon sa mga tagubilin sa pakete o ang iyong paboritong recipe.
b) Magluto ng pancake sa kawaling kawal o kawali.
c) Isalansan ang mga pancake sa isang plato, paglalagay ng maliliit na piraso ng cotton candy sa pagitan ng bawat layer.
d) Ambon na may maple syrup.
e) Masiyahan sa iyong malambot na cotton candy pancake stack!

18. Cotton Candy Breakfast Smoothie

MGA INGREDIENTS:
- 1 tasa ng vanilla yogurt
- 1/2 tasa ng gatas o walang gatas na alternatibo
- 1 tasa ng frozen mixed berries
- 1/2 tasa ng cotton candy
- Yelo

MGA TAGUBILIN:
a) Sa isang blender, pagsamahin ang vanilla yogurt, gatas, frozen mixed berries, cotton candy, at ice cubes.
b) Haluin hanggang makinis at mag-atas.
c) Ibuhos sa baso at ihain kaagad.
d) Palamutihan ng isang maliit na piraso ng cotton candy sa gilid ng bawat baso, kung ninanais.

19. Cotton Candy Breakfast Toast

MGA INGREDIENTS:
- Hiniwang tinapay
- Cream cheese
- Koton kendi

MGA TAGUBILIN:
a) I-toast ang mga hiwa ng tinapay hanggang sa ginintuang kayumanggi.
b) Ikalat ang isang layer ng cream cheese sa bawat slice ng toast.
c) Maglagay ng maliliit na piraso ng cotton candy sa ibabaw ng cream cheese.
d) Opsyonal, gumamit ng tinidor upang dahan-dahang pindutin ang cotton candy sa cream cheese upang matulungan itong dumikit.
e) Ihain kaagad at tamasahin ang iyong kakaibang cotton candy breakfast toast!

20. Cotton Candy Breakfast Oatmeal

MGA INGREDIENTS:
- Oats
- Gatas o tubig
- Koton kendi

MGA TAGUBILIN:
a) Magluto ng oats ayon sa mga tagubilin sa pakete, gamit ang gatas o tubig.
b) Kapag luto na ang mga oats, haluin ang maliliit na piraso ng cotton candy hanggang sa matunaw at ihalo sa oatmeal.
c) Hayaang lumamig nang bahagya ang oatmeal bago ihain.
d) Opsyonal, itaas ng karagdagang cotton candy para sa sobrang tamis.
e) I-enjoy ang iyong nakakaaliw at indulgent na cotton candy breakfast oatmeal!

MGA MERYenda

21. Cotton Candy Cheesecake Pretzel Bites

MGA INGREDIENTS:
- 4 ounces cream cheese, pinalambot
- ½ kutsarita ng bubble gum Frosting mix (o 1 kutsarita strawberry Jello)
- ½ kutsarita ng cotton candy Frosting mix (o 1 kutsarita ng berry blue Jello)
- 3 tasang powdered sugar
- Mini Pretzel Twists
- 1 tasa puting tsokolate chips, natunaw
- Pula, Puti, at Asul na sprinkles (opsyonal)

MGA TAGUBILIN:
a) Sa isang mangkok, pagsamahin ang kalahati ng cream cheese, bubble gum mix, at 1 ½ tasa ng powdered sugar. Talunin hanggang sa maging masa.
b) Sa isa pang mangkok, pagsamahin ang kalahati ng cream cheese, cotton candy mix, at ang natitirang powdered sugar. Talunin hanggang sa maging masa.
c) Pagulungin ang pula at asul na kuwarta sa isang pulgadang bola at pindutin ang bawat bola sa pagitan ng dalawang pretzel. Ang kalahati ng mga pretzel ay dapat gawin gamit ang pulang kuwarta, at kalahati sa asul na kuwarta. Kung ang kuwarta ay masyadong malambot upang magamit, palamigin ito ng mga 15-30 minuto bago ito pindutin sa pagitan ng mga pretzel.
d) Kapag ang mga pretzel ay binuo, palamigin para sa mga 30 minuto.
e) Isawsaw ang kalahati ng bawat pretzel sa tinunaw na puting tsokolate at pagkatapos ay idagdag ang mga sprinkle sa itaas.
f) Hayaang mag-set ang tsokolate (maaari mong palamigin kung gusto mo) at itago ang mga kagat ng pretzel sa isang lalagyan ng airtight.

22. Cotton Candy Popcorn

MGA INGREDIENTS:
- Ang 16-onsa na pakete ng marshmallow o vanilla candy ay natutunaw
- 12 tasa ng popcorn, hinati
- ¼ tasa ng sprinkles
- 2 tasang cotton candy, pinunit sa maliliit na piraso
- 3 ounces asul na kendi natutunaw
- 3 ounces pink candy natutunaw

MGA TAGUBILIN:
a) Matunaw ang Marshmallow o Vanilla Candy Melts:
b) Sa isang mangkok na ligtas sa microwave, sundin ang mga tagubilin sa pakete upang matunaw ang natutunaw na marshmallow o vanilla candy.
c) Maglagay ng 8 tasa ng popcorn sa isang malaking mangkok.
d) Ibuhos ang natunaw na marshmallow coating sa popcorn, haluin hanggang sa ang bawat kernel ay pantay na pinahiran.
e) Dahan-dahang paghaluin ang mga punit na piraso ng cotton candy sa pinahiran na popcorn, na tinitiyak ang isang kasiya-siyang pamamahagi sa buong lugar.
f) Ikalat ang cotton candy-coated na popcorn sa isang may linyang baking sheet at masaganang iwiwisik ng iyong mga paboritong sprinkles. Hayaang lumamig ang popcorn, na lumilikha ng perpektong pagsasanib ng mga texture.
g) Sa dalawang magkahiwalay na mangkok, tunawin ang asul at pink na patong ng kendi.
h) Hatiin ang natitirang 4 na tasa ng popcorn nang pantay-pantay sa pagitan ng dalawang mangkok, paglalagay ng 2 tasa sa bawat isa.
i) Ibuhos ang asul na candy coating sa popcorn sa isang bowl at ang pink na coating sa popcorn sa kabilang mangkok. Haluin hanggang ang bawat butil ng popcorn ay lubusang mabalot.
j) Ikalat ang asul at pink na pinahiran na popcorn sa magkahiwalay na may linya na mga baking sheet, na nagbibigay-daan sa mga ito na lumamig at ma-set.
k) Pagsamahin ang puti, rosas, at asul na popcorn na mga varieties sa isang magkatugmang timpla na nangangako ng pagsabog ng lasa sa bawat kagat.

23. Cotton Candy Rice Krispie Treats

MGA INGREDIENTS:
- 3 kutsarang unsalted butter
- 1 10-onsa na pakete Mini marshmallow
- 1 1.5-onsa na lalagyan ng Pink cotton candy
- 6 tasang Rice Krispies type cereal
- Pink, pula, at puting sprinkles

MGA TAGUBILIN:
a) Lalagyan ng parchment paper ang isang 9 x 13 pan o baking sheet.
b) Init ang mantikilya sa isang malaking kasirola sa medium-low heat. Kapag natunaw na ang mantikilya, ilagay ang marshmallow. Haluin palagi hanggang matunaw ang mga marshmallow.
c) Alisin ang kawali mula sa stovetop. Ibaba ang init sa mababang at idagdag ang cotton candy sa napakaliit na piraso, pagpapakilos sa pagitan ng bawat karagdagan. Haluin hanggang matunaw ang lahat ng cotton candy.
d) Idagdag ang cereal sa kawali at haluin hanggang ang lahat ng sangkap ay maayos na pinagsama.
e) Ikalat ang pinaghalong cereal sa ibabaw ng kawali. Pindutin ang timpla sa kawali hanggang sa ito ay maging solid.
f) Palamutihan ng mga sprinkles at gamitin ang iyong kamay upang pindutin ang sprinkles sa Rice Krispie treats kung ninanais.
g) Hayaang lumamig nang lubusan ang mga pagkain, humigit-kumulang 30 minuto, bago hiwain sa mga bar.

24. Cotton Candy Whoopie Pie

MGA INGREDIENTS:
- 1 halo ng confetti cake
- ½ tasang unsalted butter, natunaw
- 1 malaking itlog
- 1 lata Frosting Creations Frosting Starter
- 1 paketeng Cotton Candy Flavor Mix

MGA TAGUBILIN:
a) Painitin ang oven sa 350 degrees.
b) Sa isang mixing bowl, pagsamahin ang cake mix, tinunaw na mantikilya, at itlog hanggang sa mabuo ang malambot na masa. Palamigin ang kuwarta sa loob ng 20-30 minuto.
c) Pagulungin ang kuwarta sa 1-pulgadang bola at maghurno ng 9 minuto. Palamigin sa isang wire rack. Ang recipe na ito ay gumagawa ng 48 cookies.
d) Pagsamahin ang Frosting Starter at ang Cotton Candy flavor packet.
e) Maglatag ng 24 na cookies nang pabaligtad. Maglagay ng isang kutsarang puno ng frosting sa cookies at itaas ang natitirang 24 na cookies.
f) Mag-imbak sa isang selyadong lalagyan sa counter sa loob ng 4-5 araw.

25. Cotton Candy S'mores

MGA INGREDIENTS:
- Mga Marshmallow o Marshmallow Fluff
- Koton kendi
- Graham Crackers
- Mga sprinkles

MGA TAGUBILIN:

a) Kung gumagamit ng mga marshmallow, inihaw ang mga ito sa bukas na apoy hanggang sa maging golden brown at malapot. Kung gumagamit ng marshmallow fluff, maaari mo itong ipakalat nang direkta sa graham crackers.

b) Kumuha ng isang piraso ng cotton candy at ilagay ito sa ibabaw ng inihaw na marshmallow o marshmallow fluff.

c) Dahan-dahang pindutin ang isa pang graham cracker sa itaas upang lumikha ng sandwich.

d) Opsyonal, pagulungin ang mga gilid ng cotton candy sa mga sprinkle para sa karagdagang kulay at tamis.

26. Cotton Candy Puppy Chow

MGA INGREDIENTS:
- 9 tasang Chex cereal (bigas, mais, o halo)
- 1 tasang puting tsokolate chips
- ½ tasang creamy peanut butter
- ¼ tasa ng unsalted butter
- 1 kutsarita vanilla extract
- 1 ½ tasang powdered sugar
- 1 ½ tasa ng cotton candy (hiwain sa maliliit na piraso)

MGA TAGUBILIN:
a) Sa isang malaking mangkok, sukatin ang Chex cereal at itabi.
b) Sa microwave-safe bowl, pagsamahin ang white chocolate chips, peanut butter, at butter. Microwave sa loob ng 30 segundong pagitan, haluin sa pagitan ng bawat isa, hanggang sa matunaw at makinis.
c) Ihalo ang vanilla extract sa tinunaw na timpla.
d) Ibuhos ang tinunaw na timpla sa ibabaw ng Chex cereal, dahan-dahang itiklop hanggang sa pantay na mabalot ang cereal.
e) Sa isang malaking plastic bag, ilagay ang powdered sugar.
f) Ilipat ang pinahiran na Chex cereal sa bag na may pulbos na asukal, i-seal ang bag, at kalugin hanggang sa mabalot ng mabuti ang cereal.
g) Ikalat ang powdered sugar-coated cereal sa isang baking sheet na nilagyan ng parchment paper para lumamig.
h) Kapag lumamig na ang pinaghalong cereal, ihagis ang mga piraso ng cotton candy, siguraduhing pantay-pantay ang pagkakabahagi nito.
i) Hayaang matuyo nang buo ang puppy chow bago ihain.
j) Mag-imbak sa isang lalagyan ng airtight.

27. Cotton Candy Unicorn sungay

MGA INGREDIENTS:
- Cotton candy (iba't ibang kulay)
- Natutunaw ang mga puting tsokolate chips o kendi
- Nakakain na glitter o sprinkles (opsyonal)

MGA TAGUBILIN:
a) Kumuha ng isang maliit na halaga ng cotton candy at igulong ito sa isang manipis, pahabang hugis upang mabuo ang sungay ng unicorn. Ulitin gamit ang iba't ibang kulay kung gusto mo ng maraming kulay na epekto.
b) Matunaw ang puting tsokolate chips o kendi na natutunaw ayon sa mga tagubilin sa pakete.
c) Isawsaw ang base ng bawat sungay ng cotton candy sa tinunaw na puting tsokolate upang lumikha ng solid at matatag na base.
d) Kung nais, budburan ang nakakain na kinang o makukulay na sprinkles sa basang tsokolate para sa karagdagang dekorasyon.
e) Ilagay ang mga sungay ng unicorn sa isang tray o plato na may linyang parchment at hayaang tumigas at tumigas ang tsokolate.
f) Kapag tumigas na ang tsokolate, handa nang tangkilikin ang iyong Cotton Candy Unicorn Horns!

28. Cotton Candy Snack Ball

MGA INGREDIENTS:
- 2 tasang cotton candy-flavored cereal (tulad ng Cotton Candy Crunch)
- 1 tasang marshmallow
- 2 kutsarang unsalted butter
- ½ tasang cotton candy (para sa dagdag na lasa at dekorasyon)
- Mga sprinkle (opsyonal, para sa karagdagang dekorasyon)

MGA TAGUBILIN:
a) Sa isang malaking mixing bowl, sukatin ang 2 tasa ng cotton candy-flavored cereal. Itabi.
b) Sa isang mangkok na ligtas sa microwave, pagsamahin ang mga marshmallow at unsalted butter. Mag-microwave sa loob ng 30 segundong agwat, pagpapakilos sa pagitan, hanggang ang mga marshmallow ay ganap na matunaw at mahusay na pinagsama sa mantikilya.
c) Ibuhos ang tinunaw na marshmallow mixture sa cotton candy-flavored cereal at mabilis na haluin hanggang sa maging pantay ang patong ng cereal.
d) Pahintulutan ang pinaghalong bahagyang lumamig, ngunit hindi ganap, dahil gusto mo itong maging malambot para sa paghubog sa mga bola.
e) Gamit ang mga kamay na may mantikilya o mga kamay na pinahiran ng cooking spray upang maiwasan ang pagdikit, hubugin ang timpla sa maliliit na bola. Kung ninanais, magpasok ng isang maliit na piraso ng cotton candy sa gitna ng bawat bola para sa dagdag na pagsabog ng lasa.
f) Opsyonal: I-roll ang cotton candy snack balls sa karagdagang cotton candy o sprinkles para sa dekorasyon.
g) Ilagay ang mga bola ng meryenda sa isang tray na may linyang parchment, hayaang lumamig, at itakda nang buo.
h) Kapag naitakda na, ang iyong Cotton Candy Snack Ball ay handa nang tangkilikin!

29.Koton kendi Mga Krispie Bar

MGA INGREDIENTS:
- 4 na kutsara ng Salted Butter kasama ang karagdagang 1/2 tbsp para sa pagpapadulas ng kawali
- 10 onsa na mga bag ng marshmallow/mini marshmallow
- 3 tasang Rice Krispie Cereal
- 3 tasa ng Cotton Candy at 1/2 tasa na dagdag para sa topping
- 1/2 tasa ng White Chocolate Chips
- 1 tsp ng Coconut Oil

MGA TAGUBILIN:
a) Sa 8×8 inch baking pan, lagyan ng mantika o linya ng parchment paper. Kung gumagamit ng parchment paper, bahagyang grasa ang parchment ng nonstick spray. Itabi.
b) Sa isang malaking mangkok, ilagay ang Rice Krispie Cereal at itabi.
c) Matunaw ang mantikilya sa katamtamang init sa isang napakalaking palayok o isang nonstick na kawali. Kapag natunaw na, ilagay ang marshmallows. Gamit ang rubber spatula o kahoy na kutsara, haluin ang timpla hanggang sa ganap na matunaw ang mga marshmallow.
d) Alisin mula sa init, pagkatapos ay agad na i-scoop ang kalahati ng mixture sa Rice Krispie Bowl at tiklupin gamit ang spatula. Siguraduhin na ang bawat piraso ng cereal ay pinahiran ng marshmallow mixture. [Ito ay magiging napakalagkit]
e) Pagkatapos ay punasan ang labis at pagkatapos ay tiklupin ang Cap'n Crunch cereal sa pinaghalong nasa kawali. Muli, siguraduhin na ang bawat piraso ng cereal ay pinahiran ng marshmallow mixture.
f) Ilipat ang pinaghalong Rice Krispie sa inihandang kawali. Gamit ang rubber spatula (nakakatulong ito ng bahagya), dahan-dahang ikalat ang timpla upang magkasya sa kawali. Bahagyang grasa ang likod ng isang patag na spatula at dahan-dahang pindutin ang pinaghalong pababa sa kawali. Huwag i-pack ito nang may lakas, pindutin lamang ito nang bahagya upang ito ay ligtas sa kawali.
g) Gawin ang parehong para sa pinaghalong Cap'n Crunch at sa tuktok na iyon. Magdagdag ng natitirang Cap'n Crunch Cereal (1/2

cup) sa itaas upang masakop ang anumang mga puwang at bahagyang pindutin. Video Dito
h) Hayaang magtakda ng mga treat nang hindi bababa sa 1 oras sa temperatura ng kuwarto at hanggang 1 araw. Takpan nang mahigpit kung aalis ng higit sa ilang oras.
i) Iangat ang rice krispie treats bilang kabuuan mula sa kawali gamit ang parchment paper.
j) Kung gumagamit ng Butter pan method. Gumamit ng maliit na cutting board o flat plate at ilagay ito nang nakaharap sa ibabaw ng lalaki. Pagkatapos ay baligtarin ang kawali at alisin ang kawali na magpapalabas ng treat. Pagkatapos ay maglagay ng isa pang cutting board o plato sa itaas at i-flip muli.
k) Gupitin sa mga parisukat na siyam na parisukat. [Tumingin sa sunud-sunod na mga larawan upang makita kung paano gawin itong pantay]
l) Sa isang maliit na microwavable na mangkok, idagdag habang ang chocolate chips, at coconut oil. Pagkatapos microwave para sa 30 segundo hanggang 1 minuto. Gamit ang isang maliit na kutsarita, haluin hanggang sa ganap na matunaw.
m) Gamit ang isang kutsarita, ibuhos ang bawat bar sa isang zig zag pattern. [Tingnan ang mga larawan sa ibaba] Video Dito
n) Takpan at iimbak ang mga natirang treat sa temperatura ng kuwarto nang hanggang 3 araw. Upang mag-imbak, ilagay sa mga layer sa pagitan ng mga sheet ng parchment o wax paper.

30. Cotton Candy Circus Cookies

MGA INGREDIENTS:
PARA SA COTTON CANDY SUGAR DOUGH:
- 2 tasang all-purpose na harina
- 1 tasang cotton candy sugar (may kulay na asukal)
- 1 tasang unsalted butter, pinalambot
- 1 tasang puting tsokolate chips

PARA sa pagpuno:
- Cotton candy para sa palaman (iba't ibang kulay)
- Mga frost na crackers ng hayop

PARA SA FROSTING:
- 1 tasang may pulbos na asukal
- 2 kutsarang unsalted butter, pinalambot
- 2 kutsarang gatas
- ½ kutsarita vanilla extract
- Mga may kulay na sprinkles (opsyonal, para sa dekorasyon)

MGA TAGUBILIN:
MAGHANDA NG COTTON CANDY SUGAR DOUGH:
a) Sa isang mangkok ng paghahalo, i-cream ang pinalambot na mantikilya at asukal sa cotton candy hanggang sa maayos na pinagsama.
b) Dahan-dahang idagdag ang harina, paghahalo hanggang sa mabuo ang kuwarta.
c) Tiklupin ang puting chocolate chips.
d) Hatiin ang kuwarta sa pantay na bahagi at hubugin ang mga ito sa mga bilog. Palamigin ng halos 30 minuto.
e) Painitin muna ang iyong oven sa 350°F (180°C).

MAGTITIPON AT MAGBABA:
f) Pabilogin ang bawat pinalamig na masa at patagin ito. Maglagay ng isang maliit na halaga ng cotton candy sa gitna at tiklupin ang kuwarta upang masakop ang cotton candy.
g) Ilagay ang pinalamanan na kuwarta sa isang baking sheet na nilagyan ng parchment paper.
h) Maghurno para sa 10-12 minuto o hanggang sa ang mga gilid ay bahagyang ginintuang. Pahintulutan silang ganap na lumamig.

Ihanda ang FROSTING:
i) Sa isang mangkok, haluin ang powdered sugar, softened butter, gatas, at vanilla extract hanggang makinis.

FROST AT DECORT:
j) Kapag lumamig na ang cookies, ikalat ang frosting sa ibabaw ng bawat cookie.
k) Palamutihan ng mga may kulay na sprinkles para sa isang maligaya na ugnayan.

MAGDAGDAG NG FROSTED ANIMAL CRACKERS:
l) Dahan-dahang pindutin ang frosted animal crackers sa frosting sa ibabaw ng bawat cookie.
m) Hayaang itakda ang frosting, at magsaya.

31. Cotton Candy Pretzel Rods

MGA INGREDIENTS:
- Mga pamalo ng pretzel
- Mga puting tsokolate chips
- Koton kendi

MGA TAGUBILIN:
a) Matunaw ang mga puting tsokolate chips sa isang mangkok na ligtas sa microwave ayon sa mga tagubilin sa pakete.
b) Isawsaw ang bawat pretzel rod sa tinunaw na tsokolate, na sumasakop sa halos 3/4 ng baras.
c) Agad na iwisik ang dinurog na cotton candy sa bahaging natatakpan ng tsokolate ng pretzel rod.
d) Ilagay ang mga pretzel rod sa isang baking sheet na nilagyan ng parchment at hayaang matuyo ang tsokolate.
e) Kapag tumigas na ang tsokolate, handa nang tamasahin ang iyong mga cotton candy pretzel rods!

32. Cotton Candy Energy Bites

MGA INGREDIENTS:
- 1 tasang makalumang oats
- 1/2 tasa ng creamy peanut butter
- 1/4 tasa ng pulot
- 1/4 tasa ng ground flaxseed
- 1/4 tasa ng mini chocolate chips
- 1/4 tasa durog na cotton candy
- 1 kutsarita vanilla extract

MGA TAGUBILIN:
a) Sa isang mixing bowl, pagsamahin ang mga oats, peanut butter, honey, ground flaxseed, chocolate chips, durog na cotton candy, at vanilla extract.
b) Haluin hanggang sa maayos na pinagsama.
c) Pagulungin ang timpla sa maliliit na bola, mga 1 pulgada ang lapad.
d) Ilagay ang mga bola sa isang baking sheet na nilagyan ng parchment paper.
e) Palamigin nang hindi bababa sa 30 minuto upang payagan ang mga kagat ng enerhiya na tumigas.

33. Cotton Candy Cake Pops

MGA INGREDIENTS:
- 1 box na halo ng cake (lasa na gusto mo)
- Mga sangkap na kinakailangan para sa paghahalo ng cake (itlog, mantika, tubig)
- Frosting (lasa na gusto mo)
- Koton kendi
- Lollipop sticks
- Natutunaw ang kendi o chocolate chips (opsyonal)

MGA TAGUBILIN:
a) Ihanda ang cake mix ayon sa mga tagubilin sa kahon.
b) Sa sandaling maluto at lumamig, durugin ang cake sa isang malaking mangkok ng paghahalo.
c) Magdagdag ng frosting sa crumbled cake at ihalo hanggang sa mahusay na pinagsama at ang timpla ay humahawak nang magkasama.
d) Pagulungin ang timpla sa maliliit na bola at ipasok ang isang lollipop stick sa bawat bola.
e) Matunaw ang mga natutunaw na kendi o chocolate chips (kung gagamit) at isawsaw ang bawat cake sa tinunaw na patong, na hahayaan ang anumang labis na tumulo.
f) Habang basa pa ang coating, iwisik ang durog na cotton candy sa mga pop ng cake.
g) Ilagay ang cake nang patayo sa isang stand o sa isang baking sheet na nilagyan ng parchment paper upang payagang mag-set ang coating.
h) Kapag naitakda na, handa nang tangkilikin ang iyong cotton candy cake pops!

34. Cotton Candy Chocolate Bark

MGA INGREDIENTS:
- 12 oz puting tsokolate, tinadtad
- Cotton candy flavoring syrup
- Cotton candy para sa dekorasyon
- Skittles o M&Ms

MGA TAGUBILIN:
a) Iguhit ang isang baking sheet na may parchment paper.
b) Sa isang mangkok na ligtas sa microwave, tunawin ang puting tsokolate sa loob ng 30 segundong pagitan, haluin sa pagitan ng bawat pagitan, hanggang sa makinis.
c) Haluin ang cotton candy flavoring syrup hanggang sa ganap na maisama.
d) Ibuhos ang tinunaw na tsokolate sa inihandang baking sheet at ikalat ito nang pantay-pantay.
e) Iwiwisik ang dinurog na piraso ng cotton candy at skittles o M&M'S sa ibabaw ng tinunaw na tsokolate.
f) Palamigin sa loob ng 1-2 oras, o hanggang itakda.
g) Kapag naitakda, hatiin ang balat at ihain.

35. Cotton Candy Chex Mix

MGA INGREDIENTS:
- 4 na tasang Chex cereal (anumang variety)
- 1 tasang pretzel sticks
- 1 tasang mini marshmallow
- 1/2 tasa puting tsokolate chips
- 1/4 tasa ng cotton candy

MGA TAGUBILIN:
a) Sa isang malaking mixing bowl, pagsamahin ang Chex cereal, pretzel sticks, at mini marshmallow.
b) Matunaw ang mga puting tsokolate chips sa isang mangkok na ligtas sa microwave ayon sa mga tagubilin sa pakete.
c) Ibuhos ang tinunaw na puting tsokolate sa pinaghalong cereal at haluin hanggang mapantayan.
d) Iwiwisik ang dinurog na cotton candy sa pinaghalong at dahan-dahang haluin upang maipamahagi.
e) Ikalat ang pinaghalong sa isang baking sheet na nilagyan ng parchment paper at hayaang lumamig at itakda.
f) Kapag naitakda na, hatiin ang Chex mix at tamasahin ang iyong matamis at malutong na cotton candy na Chex mix!

36.Mga Cotton Candy Granola Bar

MGA INGREDIENTS:
- 2 tasang makalumang oats
- 1 tasang crispy rice cereal
- 1/2 tasa ng pulot
- 1/2 tasa ng creamy peanut butter
- 1/4 tasa durog na cotton candy
- 1/4 tasa ng mini chocolate chips

MGA TAGUBILIN:

a) Sa isang malaking mixing bowl, pagsamahin ang mga oats at crispy rice cereal.
b) Sa isang maliit na kasirola, init honey at peanut butter sa mahinang apoy hanggang sa matunaw at maayos na pinagsama.
c) Ibuhos ang pinaghalong peanut butter sa ibabaw ng pinaghalong oat at cereal at haluin hanggang sa pantay na pinahiran.
d) Haluin ang dinurog na cotton candy at mini chocolate chips.
e) Pindutin nang mahigpit ang pinaghalong sa isang may linya na baking dish at palamigin nang hindi bababa sa 1 oras upang maitakda.
f) Kapag naitakda na, gupitin sa mga bar at tamasahin ang iyong mga homemade cotton candy granola bar!

37.Cotton Candy Marshmallow Pops

MGA INGREDIENTS:
- Malaking marshmallow
- Koton kendi
- Lollipop sticks

MGA TAGUBILIN:
a) Maglagay ng lollipop stick sa bawat marshmallow.
b) Maglagay ng maliit na piraso ng cotton candy sa bawat marshmallow, dahan-dahang pinindot upang madikit.
c) Ihain ayon sa dati o dahan-dahang i-toast ang mga marshmallow para sa isang masayang twist.
d) I-enjoy ang iyong malambot at makulay na cotton candy marshmallow pops!

38.Mga Cotton Candy Cheesecake Bar

MGA INGREDIENTS:
- 1 1/2 tasa ng graham cracker crumbs
- 1/4 tasa ng asukal
- 1/2 tasa unsalted butter, natunaw
- 16 oz cream cheese, pinalambot
- 1/2 tasa ng asukal
- 2 itlog
- 1 kutsarita vanilla extract
- Cotton candy flavoring syrup
- Cotton candy para sa dekorasyon

MGA TAGUBILIN:
a) Painitin muna ang iyong oven sa 350°F (175°C) at lagyan ng parchment paper ang baking dish.
b) Sa isang mangkok, paghaluin ang graham cracker crumbs, asukal, at tinunaw na mantikilya hanggang sa pinagsama.
c) Pindutin ang pinaghalong sa ilalim ng inihandang baking dish upang mabuo ang crust.
d) Sa isa pang mangkok, talunin ang cream cheese, asukal, itlog, at vanilla extract hanggang makinis.
e) Haluin ang ilang patak ng cotton candy flavoring syrup hanggang sa maayos na pinagsama.
f) Ibuhos ang pinaghalong cream cheese sa ibabaw ng crust at ikalat ito nang pantay-pantay.
g) Maghurno para sa 25-30 minuto, o hanggang sa ang mga gilid ay itakda at ang gitna ay bahagyang jiggly.
h) Hayaang lumamig nang lubusan, pagkatapos ay palamigin nang hindi bababa sa 2 oras o hanggang lumamig.
i) Gupitin sa mga bar at palamutihan ang bawat isa ng isang maliit na piraso ng cotton candy bago ihain.

39. Cotton Candy Stuffed Cookies

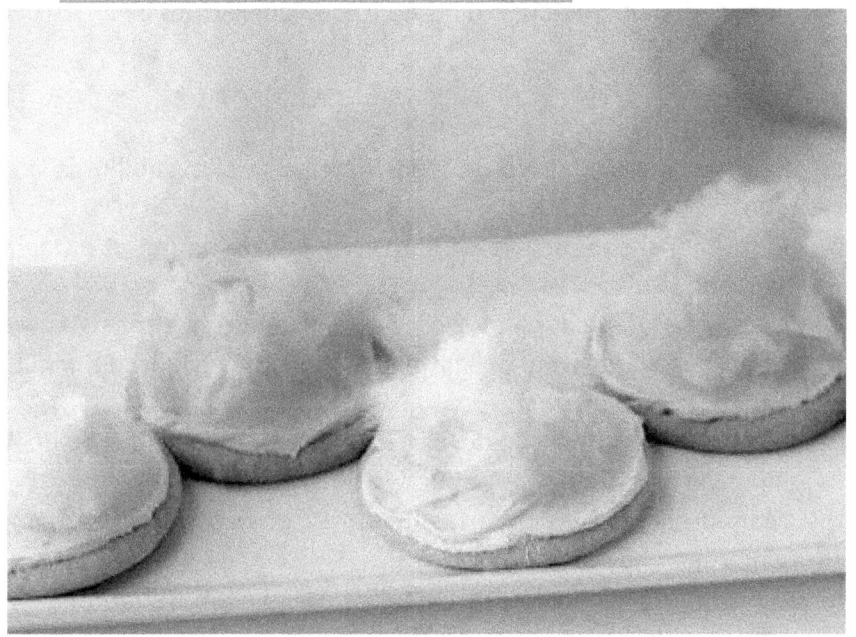

MGA INGREDIENTS:
- Pre-made cookie dough o homemade cookie dough
- Koton kendi

MGA TAGUBILIN:
a) Painitin muna ang iyong oven ayon sa mga tagubilin sa cookie dough.
b) Kumuha ng isang maliit na bahagi ng cookie dough at patagin ito sa iyong kamay.
c) Maglagay ng maliit na piraso ng cotton candy sa gitna ng kuwarta.
d) I-fold ang kuwarta sa paligid ng cotton candy, siguraduhing ito ay ganap na natatakpan.
e) Ilagay ang stuffed cookie dough balls sa isang baking sheet na nilagyan ng parchment paper.
f) Maghurno ayon sa mga tagubilin ng cookie dough hanggang sa ginintuang kayumanggi.
g) Hayaang lumamig nang bahagya bago tamasahin ang iyong sorpresang cotton candy stuffed cookies!

40. Cotton Candy Marshmallow Cereal Treats

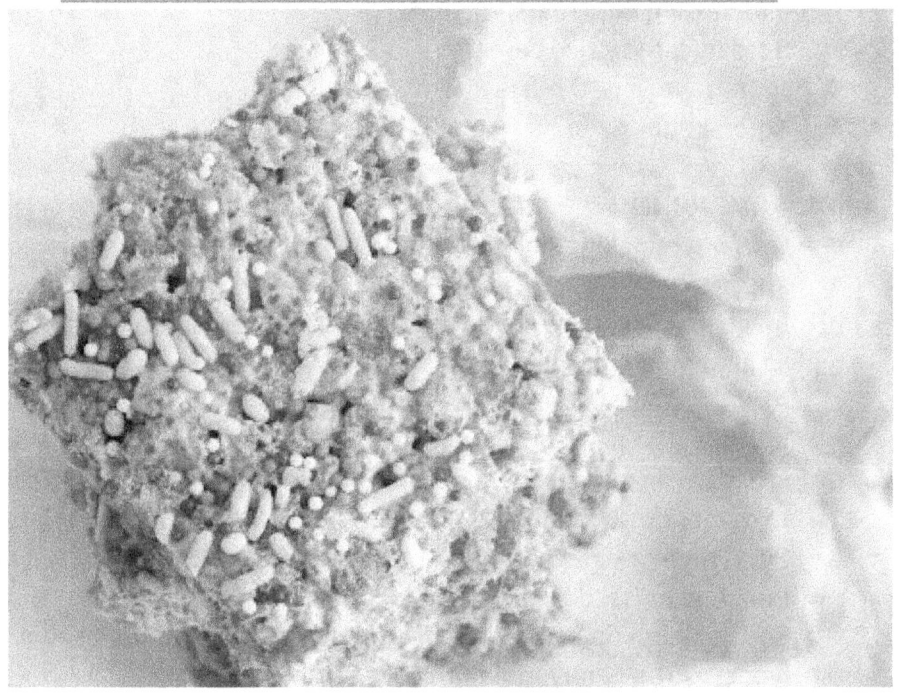

MGA INGREDIENTS:
- 4 na tasang mini marshmallow
- 6 tasang crispy rice cereal
- 1/4 tasa unsalted butter
- Koton kendi

MGA TAGUBILIN:
a) Sa isang malaking palayok, matunaw ang mantikilya sa mahinang apoy.
b) Idagdag ang mga mini marshmallow sa kaldero at haluin hanggang sa ganap na matunaw at makinis.
c) Alisin ang kaldero mula sa apoy at ihalo ang crispy rice cereal hanggang sa pantay na pinahiran.
d) Magdagdag ng maliliit na piraso ng cotton candy sa pinaghalong at malumanay na tiklupin hanggang sa maipamahagi.
e) Pindutin ang pinaghalong sa isang greased baking dish at hayaang lumamig at itakda.
f) Kapag naitakda na, gupitin sa mga parisukat at tamasahin ang iyong cotton candy marshmallow cereal treats!

DIPS

41. Cotton Candy Dip

MGA INGREDIENTS:
- 8 ounces block cream cheese, pinalambot
- 1 tasang mabigat na whipping cream
- 2 ounces cotton candy
- ½ tasang may pulbos na asukal
- Pangkulay ng pagkain ng gel (kung ninanais)

MGA TAGUBILIN:
a) Ibuhos ang mabigat na whipping cream sa isang maliit na mangkok at idagdag ang cotton candy. Ang cream ay agad na matutunaw ang cotton candy. Gamit ang isang panghalo, talunin ang cream hanggang sa mabuo ang malambot na mga taluktok. Itabi.
b) Sa isang medium bowl, paghaluin ang cream cheese at powdered sugar hanggang makinis.
c) Tiklupin ang pinaghalong whipped cream.
d) Kung ninanais, magdagdag ng ilang patak ng gel food coloring para maabot ang ninanais na kulay.
e) Palamigin ng isang oras at ihain kasama ng cookies o graham crackers.

42. Cotton Candy Marshmallow Dip

MGA INGREDIENTS:
- 1 tasang marshmallow fluff
- 1/2 tasa ng whipped cream
- 2 tbsp cotton candy flavoring syrup
- Cotton candy para sa dekorasyon

MGA TAGUBILIN:
a) Sa isang mixing bowl, pagsamahin ang marshmallow fluff, whipped cream, at cotton candy flavoring syrup.
b) Haluin hanggang sa maayos at mag-atas.
c) Ilipat ang sawsaw sa isang serving bowl at palamutihan ng cotton candy sa ibabaw.
d) Ihain kasama ng mga skewer ng prutas, pretzel, o cookies para sa paglubog.

43. Cotton Candy Yogurt Dip

MGA INGREDIENTS:
- 1 tasa ng Greek yogurt
- 2 kutsarang pulot
- 1/4 tasa ng cotton candy flavoring syrup
- Cotton candy para sa dekorasyon

MGA TAGUBILIN:
a) Sa isang mixing bowl, haluin ang Greek yogurt, honey, at cotton candy flavoring syrup hanggang makinis.
b) Ilipat ang sawsaw sa isang serving bowl at palamutihan ng cotton candy sa ibabaw.
c) Ihain kasama ng mga sariwang hiwa ng prutas, pretzel, o graham crackers para isawsaw.

44. Cotton Candy Chocolate Dip

MGA INGREDIENTS:
- 1 tasang chocolate chips
- 1/2 tasa ng mabigat na cream
- 2 tbsp cotton candy flavoring syrup
- Cotton candy para sa dekorasyon

MGA TAGUBILIN:
a) Sa isang mangkok na ligtas sa microwave, painitin ang mga chocolate chips at heavy cream sa loob ng 30 segundong pagitan hanggang sa matunaw at makinis, ihalo sa pagitan.
b) Haluin ang cotton candy flavoring syrup hanggang sa maayos na pagsamahin.
c) Ilipat ang sawsaw sa isang serving bowl at palamutihan ng cotton candy sa ibabaw.
d) Ihain kasama ng mga pretzel, marshmallow, o prutas para isawsaw.

45. Cotton Candy Fruit Dip

MGA INGREDIENTS:
- 1 tasang marshmallow creme
- 8 oz cream cheese, pinalambot
- 1/4 tasa ng cotton candy flavoring syrup
- Cotton candy para sa dekorasyon

MGA TAGUBILIN:
a) Sa isang mangkok ng paghahalo, talunin ang marshmallow creme at pinalambot na cream cheese hanggang sa makinis.
b) Dahan-dahang ihalo ang cotton candy flavoring syrup hanggang sa maayos na pagsamahin.
c) Ilipat ang sawsaw sa isang serving bowl at palamutihan ng cotton candy sa ibabaw.
d) Ihain kasama ng iba't ibang sariwang prutas para isawsaw.

46. Cotton Candy Peanut Butter Dip

MGA INGREDIENTS:
- 1 tasang creamy peanut butter
- 1/2 tasa ng asukal sa pulbos
- 1/4 tasa ng cotton candy flavoring syrup
- Cotton candy para sa dekorasyon

MGA TAGUBILIN:
a) Sa isang mixing bowl, paghaluin ang creamy peanut butter at powdered sugar hanggang makinis.
b) Dahan-dahang ihalo ang cotton candy flavoring syrup hanggang sa maayos na pagsamahin.
c) Ilipat ang sawsaw sa isang serving bowl at palamutihan ng cotton candy sa ibabaw.
d) Ihain kasama ng pretzel, hiwa ng mansanas, o crackers para sa paglubog.

47. Cotton Candy Whipped Cream Dip

MGA INGREDIENTS:
- 1 tasang mabigat na cream
- 1/4 tasa ng asukal sa pulbos
- 1/4 tasa ng cotton candy flavoring syrup
- Cotton candy para sa dekorasyon

MGA TAGUBILIN:
a) Sa isang mangkok ng paghahalo, hagupitin ang mabibigat na cream at powdered sugar hanggang sa mabuo ang stiff peak.
b) Dahan-dahang tiklupin ang cotton candy flavoring syrup hanggang sa pantay-pantay.
c) Ilipat ang whipped cream dip sa isang serving bowl at palamutihan ng cotton candy sa ibabaw.
d) Ihain kasama ng cookies, prutas, o cake para sa paglubog.

DESSERT

48. Cotton Candy Éclairs

MGA INGREDIENTS:
PARA SA CHOUX PASTRY:
- 1 tasang tubig
- ½ tasang unsalted butter
- 1 tasang all-purpose na harina
- 4 malalaking itlog

PARA SA PAGPUPUNO:
- 2 tasa ng cotton candy-flavored pastry cream

PARA SA COTTON CANDY GARNISH:
- Cotton candy para sa topping

PARA SA GLAZE:
- ½ tasa puting tsokolate, tinadtad
- ¼ tasa ng unsalted butter
- 1 tasang may pulbos na asukal
- ¼ tasa ng mainit na tubig

MGA TAGUBILIN:
CHOUX PASTRY:
a) Painitin muna ang iyong oven sa 375°F (190°C) at lagyan ng parchment paper ang isang baking sheet.
b) Sa isang kasirola, pagsamahin ang tubig at mantikilya. Init sa katamtamang apoy hanggang sa matunaw ang mantikilya at kumulo ang timpla.
c) Alisin mula sa init, idagdag ang harina, at pukawin nang masigla hanggang sa ang timpla ay bumubuo ng isang bola.
d) Hayaang lumamig ang kuwarta sa loob ng ilang minuto, pagkatapos ay idagdag ang mga itlog nang paisa-isa, matalo nang mabuti pagkatapos ng bawat karagdagan.
e) Ilipat ang kuwarta sa isang piping bag at pipe éclairs papunta sa inihandang baking sheet.
f) Maghurno ng mga 30 minuto o hanggang sa maging golden brown. Hayaang lumamig.

PAGPUPUNO:
g) Maghanda ng cotton candy-flavored pastry cream. Maaari kang magdagdag ng cotton candy flavoring o durog na cotton candy sa

isang klasikong pastry cream recipe o gumamit ng pre-made cotton candy-flavored pastry cream.

h) Punan ang mga éclair ng cotton candy-flavored pastry cream gamit ang piping bag o maliit na kutsara.

COTTON CANDY GARNISH:

i) Bago ihain, itaas ang bawat éclair ng isang tuft ng cotton candy para sa kakaibang hawakan.

GLAZE:

j) Sa isang mangkok na hindi tinatablan ng init, tunawin ang puting tsokolate at mantikilya sa isang double boiler.

k) Alisin mula sa init, magdagdag ng powdered sugar, at unti-unting haluin sa mainit na tubig hanggang makinis.

l) Isawsaw ang tuktok ng bawat éclair sa puting chocolate glaze, na tinitiyak ang pantay na saklaw. Hayaang tumulo ang labis.

m) Ilagay ang glazed éclairs sa isang tray at hayaang lumamig hanggang sa maitakda ang puting tsokolate.

n) Ihain nang malamig at maranasan ang matamis na nostalgia ng Cotton Candy Éclairs!

49. Mga Cupcake ng Cotton Candy

MGA INGREDIENTS:
VANILLA CUPCAKES
- 1⅓ tasa ng plain flour
- 1½ kutsarita ng baking powder
- ¼ kutsarita ng asin
- ½ tasa unsalted butter, temperatura ng kuwarto
- ¾ tasa ng caster sugar
- 2 malalaking itlog, temperatura ng silid
- 1½ kutsarita ng vanilla extract
- ½ tasa ng gatas, temperatura ng silid

COTTON CANDY FROSTING
- ½ tasa ng mantikilya, temperatura ng silid
- 4 na tasang icing o powdered sugar
- 2-3 kutsarang gatas
- Ilang patak ng cotton candy flavoring
- Ilang patak ng food gel tulad ng teal, purple, at violet

MGA TAGUBILIN:
a) Painitin muna ang oven sa 180 C (350 F) standard / 160 C (320 F) sapilitan ng fan. Linya ng 12-hole muffin tray na may mga cupcake liner.

b) Salain ang harina, baking powder, at asin sa isang mangkok at haluin. Sa isang malaking mixing bowl, cream butter at asukal na may electric beater para sa mga 3-4 minuto o hanggang maputla at mag-atas.

c) Magdagdag ng mga itlog, isa-isa, at talunin hanggang sa pinagsama. Sa isang hiwalay na pitsel, magdagdag ng vanilla extract sa gatas.

d) Magdagdag ng humigit-kumulang isang-katlo ng iyong pinaghalong harina at kalahati ng iyong pinaghalong gatas. Dahan-dahang tiklupin gamit ang isang spatula, pagkatapos ay idagdag ang isa pang ikatlong bahagi ng harina at ang natitirang bahagi ng iyong gatas. Panghuli, idagdag ang huling pinaghalong harina. Ang iyong cupcake batter ay dapat na maganda at creamy. Subukang huwag mag-over-mix.

e) Punan ang iyong mga inihandang cupcake case. Ilagay sa oven nang humigit-kumulang 16-18 minuto o hanggang ang mga cake ay maging ginintuang sa ibabaw at bumalik kapag bahagyang hinawakan. Ilipat ang mga cupcake sa isang wire rack upang ganap na lumamig.
f) Upang gawin ang icing, cream ang mantikilya gamit ang isang electric mixer hanggang sa mag-atas at maputla. Salain sa kalahati ang icing sugar at isang kutsarang gatas.
g) Talunin hanggang sa pinagsama at pagkatapos ay idagdag ang natitirang icing sugar at gatas. Kung sa tingin mo ay masyadong tuyo ang timpla, magdagdag ng isa pang kutsarang gatas. Mag-ingat lamang dahil gusto mo na ang icing ay sapat na makapal upang hawakan ang hugis nito kapag piped. Magdagdag ng ilang patak ng cotton candy flavoring - sa panlasa.
h) Hatiin ang frosting sa tatlong magkahiwalay na mangkok. Magdagdag ng ilang patak ng pangkulay ng pagkain sa bawat mangkok at haluin gamit ang isang kutsara hanggang sa makuha mo ang iyong ninanais na mga kulay.
i) Kunin ang iyong piping bag at magpasok ng malaking star tip sa dulo. Dahan-dahang magdagdag ng mga kutsara ng isang icing at subukang ilagay ito sa isang gilid ng piping bag. Ulitin sa natitirang mga kulay. Talagang sinusubukan mong gawing patayo ang mga kulay sa piping bag. Hindi mo kailangang maging eksakto, gawin mo lang ang iyong makakaya.
j) Dahan-dahang pindutin upang alisin ang anumang mga bula ng hangin at pilitin ang icing pababa sa dulo. I-twist ang tuktok ng bag at pipe icing papunta sa mga cupcake. Ang una ay malamang na hindi magkakaroon ng lahat ng tatlong kulay kaya gamitin ang isa bilang isang pagsubok na tumakbo.

50. No-Churn Cotton Candy Ice Cream

MGA INGREDIENTS:
- 2 tasang napakalamig na mabigat na whipping cream
- 1 14-onsa lata ng matamis na condensed milk, malamig
- 2 kutsarita ng cotton candy na pampalasa
- Pangkulay ng pagkain sa pink at asul (opsyonal)

MGA TAGUBILIN:
a) Ilagay ang iyong loaf pan, at malaking mangkok, at haluin sa freezer nang humigit-kumulang 30 minuto bago ka handa na gamitin ang mga ito. Siguraduhin na ang whipping cream at condensed milk ay napakalamig.
b) Sa isang malaking bowl o stand-mixer bowl, talunin ang whipping cream hanggang sa mabuo ang stiff peak, na karaniwang tumatagal ng mga 4 na minuto.
c) Sa katamtamang mangkok, haluin ang matamis na condensed milk at cotton candy flavoring hanggang sa magkaroon ng makinis na consistency.
d) Dahan-dahang idagdag ang condensed milk mixture sa whipped cream, dahan-dahang itiklop ito. Tinitiyak ng hakbang na ito ang isang masarap na makinis na texture.
e) Hatiin ang pinaghalong sa dalawang magkahiwalay na mangkok, na ang bawat mangkok ay naglalaman ng humigit-kumulang 3 tasa. Para sa dagdag na kapritso, gumamit ng pink na pangkulay ng pagkain sa isang mangkok at asul sa isa.
f) Alisin ang loaf pan o lalagyan mula sa freezer at ihulog dito ang mga kutsarang puno ng pinaghalong ice cream.
g) Itaas ang visual appeal sa pamamagitan ng pagwiwisik sa tuktok ng kawali ng masasayang sprinkles o jimmies. Maging malikhain sa iyong mga pagpipilian!
h) Hayaang mag-set ang ice cream sa pamamagitan ng paglalagay nito sa freezer magdamag. Tinitiyak ng hakbang na ito ang isang matatag at kaaya-ayang texture na makakatugon sa iyong matamis na pagnanasa.

51. Cotton Candy Layer Cake

MGA INGREDIENTS:
PARA SA CAKE:
- 1 tasang Buong Gatas
- 6 malalaking Puti ng Itlog
- 2 kutsarita ng Cotton Candy Extract
- 2 ¼ tasa ng Cake Flour
- 1 ¾ tasa ng Granulated Sugar
- 4 na kutsarita ng Baking Powder
- Mga sprinkles
- 12 kutsarang Mantikilya
- Pink o asul na pangkulay ng pagkain (opsyonal)

PARA SA COTTON CANDY SIMPLE SYRUP:
- ½ tasang Cotton Candy Floss Sugar
- ½ tasang Tubig

PARA SA COTTON CANDY FROSTING:
- ½ kutsarita Cotton Candy Extract
- 3 sticks Salted Butter, Pinalambot
- 5 tasang Powdered Sugar
- 2-3 kutsarang Heavy Whipping Cream

PARA SA OPSYONAL NA GARNISH:
- Cotton Candy o rock candy

MGA TAGUBILIN:
PARA SA CAKE:
a) Painitin muna ang iyong oven sa 350°F. Sagana ang mantikilya at harina ng dalawang 8 o 9-pulgada na kawali ng cake at itabi ang mga ito.
b) Sa isang malaking basong likidong panukat, haluin ang gatas, mga puti ng itlog, at pampalasa ng cotton candy. Itabi ang mahiwagang timpla na ito.
c) Sa isang malaking mixing bowl, haluin ang harina, asukal, baking powder, at sprinkles. Talunin ang pinaghalong harina at mantikilya sa mababang bilis hanggang gumuho, mga 3 minuto.
d) Habang mababa ang mixer, talunin ang lahat maliban sa ½ tasa ng pinaghalong gatas. Dagdagan ang bilis sa daluyan at talunin ng mga 3 minuto hanggang makinis.

e) Kuskusin ang mga gilid ng mangkok kung kinakailangan. Talunin ang natitirang pinaghalong gatas hanggang sa halo-halong lamang.
f) Bigyan ang batter ng panghuling haluin gamit ang isang rubber spatula, i-scrape ang ilalim ng mangkok upang matiyak na ang lahat ay ganap na pinagsama. Ibuhos ang batter nang pantay-pantay sa mga inihandang kawali, pakinisin ang mga tuktok.
g) Maghurno ng humigit-kumulang 20 minuto o hanggang ang mga tuktok ay kayumanggi at ang mga gitna ay bumabalik kapag bahagyang hinawakan.
h) Alisin sa oven at hayaang lumamig ang mga cake sa mga kawali nang humigit-kumulang 5 minuto bago ilagay ang mga ito sa wire rack upang ganap na lumamig.

PARA SA COTTON CANDY SIMPLE SYRUP:
i) Sa isang maliit at mabigat na kasirola, haluin ng cotton candy ang asukal at tubig sa katamtamang init hanggang sa kumulo ang pinaghalong. Pakuluan ng 3 minuto, paminsan-minsang pagpapakilos, hanggang sa matunaw ang asukal, at ang timpla ay natatakpan ang likod ng isang kutsara.
j) Ibuhos ang syrup sa isang maliit na tasa o mangkok at ilagay ito sa refrigerator hanggang lumamig.

PARA SA FROSTING:
k) Sa mangkok ng iyong panghalo, talunin ang mantikilya, simpleng syrup, at cotton candy na pampalasa sa katamtamang bilis hanggang sa makinis.
l) Habang mababa ang mixer, dahan-dahang idagdag ang powdered sugar hanggang sa pagsamahin lang. Magdagdag ng mabigat na cream, pagkatapos ay dahan-dahang taasan ang bilis ng mixer sa mataas at talunin ng isang minuto hanggang sa magaan at malambot.

MAGTITIPON AT GAMIT:
m) Ipunin at i-frost ang pinalamig na cake, at palamutihan ito ng kendi kung ninanais.

52. Cotton Candy Ice Cream Sandwich

MGA INGREDIENTS:
- Cotton candy-flavored ice cream
- Malambot na sugar cookies (binili sa tindahan o gawang bahay)
- Mga sprinkle (opsyonal)

MGA TAGUBILIN:
a) Hayaang lumambot nang bahagya ang cotton candy-flavored ice cream sa temperatura ng kuwarto.
b) Maglagay ng isang scoop ng ice cream sa ibabang bahagi ng isang sugar cookie.
c) Itaas ang isa pang cookie, dahan-dahang idiin para i-sandwich ang ice cream.
d) Pagulungin ang mga gilid ng ice cream sandwich sa mga sprinkles, kung ninanais.
e) Ulitin sa natitirang cookies at ice cream.
f) Ilagay ang mga ice cream sandwich sa freezer nang hindi bababa sa 1 oras upang patigasin.
g) Kapag matatag na, handa nang tangkilikin ang iyong mga cotton candy ice cream sandwich!

53. Marbled Cotton Candy Fudge

MGA INGREDIENTS:
- 24 ounces puting tsokolate bark
- 1 lata (14 ounces) matamis na condensed milk
- 2 kutsarita katas ng Cotton Candy
- Banayad na asul na pangkulay ng gel
- Banayad na pink na pangkulay ng gel

MGA TAGUBILIN:
a) Pahiran ang isang 8x8-inch na kawali na may aluminum foil o parchment paper, na tiyaking madaling mailabas ang fudge sa ibang pagkakataon.
b) Ilagay ang puting chocolate bark sa isang microwave-safe bowl. I-microwave ito sa loob ng 30 segundong pagitan, madalas na pagpapakilos, hanggang sa ganap na matunaw ang balat.
c) Idagdag ang pinatamis na condensed milk at cotton candy na pampalasa sa tinunaw na puting tsokolate, na lumilikha ng isang napakasarap na fudge base.
d) Hatiin ang fudge mixture sa dalawang mangkok. Magdagdag ng kaunting asul na food coloring gel sa isang mangkok at pink sa isa pa. Ayusin ang halaga batay sa intensity ng iyong food coloring gel.

ASSEMBLY:
e) Maglagay ng mga scoop ng bawat may kulay na timpla nang random sa inihandang kawali.
f) Gumamit ng toothpick upang masining na paikutin ang mga kulay nang magkasama, na lumilikha ng isang nakakabighaning marmol na hitsura na sumasalamin sa kapritso ng cotton candy.
g) Palamigin ang fudge nang hindi bababa sa 2 oras o hanggang sa ito ay matigas at tumigas.
h) Kapag naitakda na, gupitin ang fudge sa mga kagiliw-giliw na piraso, bawat isa ay naglalaman ng mahiwagang timpla ng mga lasa ng cotton candy. Maglingkod at panoorin ang saya!

54. Cotton Candy Cookie Sandwich

MGA INGREDIENTS:
PARA SA COTTON CANDY COOKIE SANDWICHES:
- 1-¼ tasa ng granulated sugar
- ½ tasa unsalted butter, temperatura ng kuwarto
- ¼ tasa ng buttermilk
- 1 itlog
- 1 kutsarita JRC Liquid Cotton Candy* o cotton candy flavoring
- 2-¼ tasang all-purpose na harina
- ¾ kutsarita ng baking soda
- ¼ kutsarita ng asin
- ½ kutsarita ng baking powder
- 1 patak ng soft pink gel food coloring
- 1 drop sky blue gel pangkulay ng pagkain

PARA SA COTTON CANDY BUTTERCREAM:
- 1 tasa unsalted butter, temperatura ng kuwarto
- 1-½ tasa ng asukal sa mga confectioner
- 2 kutsarita ng JRC Liquid Cotton Candy* o pampalasa ng cotton candy
- 1 patak ng soft pink gel food coloring
- 1 drop sky blue gel pangkulay ng pagkain

MGA TAGUBILIN:
MAGHANDA NG SUGAR COOKIES:
a) Painitin muna ang oven sa 350 degrees F at lagyan ng parchment paper ang mga baking sheet.
b) Cream ng asukal at mantikilya sa isang stand mixer hanggang sa magaan at malambot.
c) Pagsamahin ang buttermilk, itlog, at cotton candy na pampalasa sa isang maliit na mangkok. Dahan-dahang idagdag sa pinaghalong mantikilya, paghahalo hanggang sa ganap na maisama.
d) Magdagdag ng harina, baking soda, asin, at baking powder, at paghaluin hanggang ang masa ay magsama-sama at humiwalay sa mga gilid ng mangkok.
e) Hatiin ang kuwarta at magdagdag ng kulay rosas na pangkulay ng pagkain sa isang bahagi at asul sa isa pa. Malumanay na paikutin ang kuwarta.

f) I-scoop ang kuwarta sa mga baking sheet at patagin gamit ang base ng iyong palad.
g) Maghurno ng 6-10 minuto hanggang sa magsimulang mag-brown ang mga gilid.

MAGHANDA NG BUTTERCREAM:

h) Sa isang stand mixer, talunin ang mantikilya sa loob ng mga 2 minuto. Dahan-dahang magdagdag ng asukal ng mga confectioner, pagkatapos ay talunin sa medium-high sa loob ng 2 minuto hanggang sa magaan at malambot.
i) Magdagdag ng cotton candy flavoring at talunin nang mataas para sa isa pang minuto.
j) Hatiin ang buttercream at kulayan ang isang bahagi ng pink at ang isa naman ay asul.

ASSEMBLY:

k) Ilipat ang buttercream sa isang piping bag na nilagyan ng No. 8B tip, na nagpapalit sa pagitan ng pink at asul.
l) I-pipe ang buttercream sa kalahati ng cookies, na nag-iiwan ng ½ pulgadang singsing na nakalabas sa paligid ng mga gilid.
m) Ilagay ang natitirang cookies sa itaas, pindutin nang marahan upang lumikha ng sandwich cookies.
n) Palamigin sa refrigerator para sa mas madaling paghawak.
o) Mag-imbak ng cookies sa lalagyan ng airtight sa refrigerator nang hanggang 4 na araw.

55.Cotton Candy Marshmallow Fudge

MGA INGREDIENTS:
- 2 tasang asukal
- ¾ tasa ng mantikilya
- 12 ounces puting tsokolate o vanilla chips
- 7-onsa na garapon ng marshmallow creme
- ¾ tasa ng mabigat na whipping cream
- 1 ½ kutsarita ng cotton candy na pampalasa
- Kulay rosas na pagkain

MGA TAGUBILIN:
a) Lagyan ng foil ang isang 13x9-inch na kawali at masaganang spray ito ng nonstick spray.
b) Lumikha ng Fudge Base:
c) Sa isang kasirola, pagsamahin ang asukal, mantikilya, mabigat na cream, at mantikilya sa mahinang apoy. Haluin hanggang ang asukal ay ganap na matunaw.
d) Kapag natunaw, dalhin ang timpla sa isang pigsa, patuloy na pagpapakilos para sa mga 4 na minuto.
e) Alisin sa init at timpla sa marshmallow creme at vanilla chips hanggang matunaw ang lahat ng chips.

LAYER THE FUDGE:
f) Ibuhos ang ¾ ng fudge mixture sa inihandang foil-lined pan.
g) Magdagdag ng cotton candy flavoring sa natitirang fudge mixture sa kasirola, haluin hanggang sa maayos na pinagsama.

GUMAWA NG SWIRLS:
h) Ibuhos o ibuhos ang mga kutsarang puno ng cotton candy-flavored mixture sa fudge na nasa kawali na.
i) Maglagay ng 2-3 patak ng pink na pangkulay ng pagkain sa iba't ibang lugar sa ibabaw ng fudge. Gumamit ng butter knife para hiwain ang fudge, na lumilikha ng mapang-akit na pag-ikot.
j) Takpan ang kawali at hayaang matuyo ang fudge sa refrigerator hanggang sa matibay.
k) Kapag naitakda na, alisin ang fudge mula sa kawali sa pamamagitan ng pag-angat nito gamit ang foil. Gupitin sa kasiya-siyang mga parisukat.

56. Blue Cotton Candy Cake

MGA INGREDIENTS:
MGA INGREDIENTS NG CAKE
- 355 mL Cotton Candy Soda - maaaring gumamit ng cream soda, kung kinakailangan
- 1 - 15oz Box White Cake Mix
- Light Blue Food Dye, opsyonal

FROSTING INGREDIENTS
- 1 tasang Cotton Candy Soda - o gumamit ng 1 tsp Cotton Candy flavor extract
- 1/2 tasa ng mantikilya, pinalambot
- 4 na tasang may pulbos na asukal
- 1 - 2 kutsarang gatas
- Banayad na asul na pangkulay ng pagkain, opsyonal
- Pastel Sprinkles, ayon sa gusto

MGA TAGUBILIN:
a) Painitin ang hurno sa 350 degrees F.
b) Magpahid ng 9" x 11" na kaserol na pinggan at itabi.
c) Sa isang malaking mangkok, paghaluin ang puting cake mix at cotton candy soda sa loob ng 2 minuto. Ayusin ang kulay na may mapusyaw na asul na pangkulay ng pagkain, kung ninanais. (Kung gagamit, gawing mas malalim na asul ang batter ng cake kaysa sa gusto mong maging tapos na cake dahil magpapagaan ito sa pagluluto.)
d) Maghurno sa loob ng 25 - 30 minuto, hanggang sa lumabas na malinis ang ipinasok na toothpick.
e) Hayaang lumamig nang lubusan ang cake bago i-frost.
f) Samantala, ilagay ang 1 tasa ng cotton candy soda sa isang kasirola at init hanggang kumulo sa katamtamang init.
g) Bawasan sa medium-low at kumulo hanggang sa bumaba sa 1/4 (2 oz ng soda ang dapat manatili). Hayaang lumamig nang lubusan.
h) Sa isang malaking mangkok, paghaluin ang mantikilya at powdered icing sugar sa loob ng 2 minuto, pagkatapos ay idagdag ang pinababang cotton candy soda.
i) Talunin upang isama, pagkatapos ay idagdag ang gatas kung kinakailangan upang makamit ang isang kumakalat na texture.

Ayusin ang kulay na may asul na pangkulay ng pagkain, kung ninanais.
j) Gumamit ng offset spatula para ikalat ang frosting sa pinalamig na cake.
k) Upang makuha ang nakakatuwang texture na ipinapakita sa mga larawan, gumamit ng mga maiikling stroke upang ikalat ang frosting, pagkatapos ay bumalik sa ibabaw ng frosted cake at magaspang ito ng kaunti.
l) Palamutihan ang cake na may sprinkles, ayon sa ninanais.

57. Cotton Candy Sugar Cookies

MGA INGREDIENTS:
- 1 tasa ng unsalted butter sa temperatura ng silid
- 1 ¼ tasa ng butil na asukal
- 1 itlog o ⅓ tasa ng aquafaba
- 1 kutsarita ng cotton candy na pampalasa
- ½ kutsarita vanilla extract
- 2 tasang all-purpose na harina
- 1 ½ kutsarita ng baking powder
- ½ kutsarita ng asin

MGA TAGUBILIN:
a) Painitin muna ang hurno sa 350 degrees F at linya ng baking sheet na may parchment paper. Itabi.
b) Sa isang medium bowl, haluin ang all-purpose flour, baking powder, at asin. Itabi.
c) Gamit ang isang panghalo, i-cream ang asukal at mantikilya hanggang sa magaan at malambot.
d) Idagdag ang itlog o aquafaba, cotton candy flavoring, at vanilla extract. Haluin hanggang sa maayos na pinagsama.
e) Dahan-dahang idagdag ang pinaghalong harina sa mga basang sangkap habang hinahalo sa mababang. Kapag pinagsama ang kuwarta, hatiin ito sa dalawang bahagi.
f) Ibalik ang isang batch ng kuwarta sa panghalo at magdagdag ng kulay rosas na gel na pangkulay ng pagkain, dahan-dahang paghahalo hanggang sa maisama.
g) Linisin nang bahagya ang mangkok at pagkatapos ay idagdag ang natitirang kuwarta, isama ang kulay asul na gel na pangkulay ng pagkain, at ihalo sa mababa hanggang sa mahusay na pinagsama.
h) Gamit ang ¼ measuring cup, kumuha ng kalahating asul at kalahating pink na masa, igulong ang mga ito sa isang bola, at ilagay ang mga ito sa may linyang baking sheet.
i) Maghurno para sa 10-12 minuto o hanggang sa ang mga gilid ay bahagyang ginintuang.
j) Tangkilikin ang iyong kasiya-siyang cotton candy sugar cookies!

58.Cotton Candy Oreo Truffles

MGA INGREDIENTS:
- 20 Cotton Candy Oreo na cookies
- 6 ounces cream cheese, pinalambot
- 1 pakete (12 onsa) asul na kendi natutunaw (lasa ng vanilla)
- 1 pakete (12 onsa) na natutunaw na pink na kendi (lasa ng vanilla)

MGA TAGUBILIN:

a) Maglagay ng mahabang sheet ng wax paper sa ibabaw ng cookie sheet at itabi ito.
b) Ilagay ang buong Oreo sa isang food processor at pulso hanggang madurog. Bilang kahalili, kung wala kang food processor, maaari mong ilagay ang mga Oreo sa isang malaking Ziploc bag, selyuhan ito, at durugin ang cookies gamit ang isang rolling pin hanggang sa madurog na pino.
c) Magdagdag ng mga tipak ng cream cheese sa dinurog na Oreo at pulso sa food processor hanggang sa pantay na basa ang timpla, na bumubuo ng isang "dough" na ganap na pinagsama.
d) I-scoop ang timpla at gawin itong 1-inch na bola, pagkatapos ay ilagay ang mga ito sa inihandang cookie sheet. Maaaring magulo sila, pero ayos lang.
e) Ilagay ang mga truffle sa freezer nang halos kalahating oras (o mas matagal pa).
f) Matunaw ang tsokolate ayon sa mga tagubilin sa pakete. Kung gumagamit ka ng dalawang kulay, tunawin ang pangunahing sinasawsaw mo ang mga truffle. Iwasan ang pagkapaso. Kung nag-microwave, gawin ito sa loob ng 20-30 segundong pagitan sa kalahating lakas, hinahalo sa bawat oras.
g) Alisin ang mga truffle sa freezer, hubugin muli ang mga ito gamit ang iyong mga kamay kung kinakailangan, at isawsaw ang mga ito sa tinunaw na tsokolate gamit ang isang tinidor, dalawang tinidor, o isang palito. Siguraduhin na ang mga ito ay pantay na pinahiran at hayaang maubos ang labis na tsokolate.
h) Ibalik ang mga truffle sa baking sheet at hayaang matuyo ang tsokolate.
i) Kung gumagamit ng pangalawang kulay, tunawin ang tsokolate kapag nailagay na ang isa pang tsokolate sa truffles. Ibuhos ito sa itaas gamit ang isang zip-loc bag na pinutol ang sulok o anumang gustong paraan.
j) Itago ang mga truffle na natatakpan sa isang lalagyan ng airtight sa refrigerator hanggang handa nang ihain. Nag-freeze din sila ng maayos.

59. Cotton Candy Macarons

MGA INGREDIENTS:
COTTON CANDY MACARONS
- ½ tasa + 2 kutsarang superfine almond flour - blanched
- ½ tasang may pulbos na asukal
- Humigit-kumulang 2 malalaking itlog ang halaga (55g) na may edad nang puti ng itlog
- Opsyonal: Kurot ng cream ng tartar
- ¼ tasa + 1 kutsarita ng butil na asukal
- Opsyonal: Gel na pangkulay ng pagkain

PARA SA COTTON CANDY BUTTERCREAM FROSTING
- ¼ tasa unsalted butter, temperatura ng silid
- 1 kutsarita vanilla extract o vanilla bean paste
- ⅛ kutsarita ng asin
- 1 kutsarita ng cotton candy extract
- Opsyonal: Pangkulay ng pagkain na kulay rosas na gel
- 1 tasang may pulbos na asukal
- 2 kutsarita ng mabigat na cream

MGA TAGUBILIN:
COTTON CANDY MACARONS
a) Salain ang 70g superfine almond flour at 63g powdered sugar sa isang malaking mangkok at itabi.
b) Ibuhos ang 55g na may edad na mga puti ng itlog sa mangkok ng isang stand mixer na may whisk at haluin sa katamtamang bilis hanggang sa ang ibabaw ng mga puti ng itlog ay natatakpan ng maliliit na bula. Magdagdag ng isang pakurot ng cream ng tartar at ipagpatuloy ang paghahalo hanggang sa maabot mo ang soft peak stage.
c) Magdagdag ng 55g ng granulated sugar sa mga itlog at ihalo sa katamtamang bilis sa loob ng 30 segundo. Kung ninanais, magdagdag ng pink na gel na pangkulay ng pagkain sa puntong ito, pagkatapos ay taasan ang bilis ng paghahalo sa isang medium-high speed. Panatilihin ang paghahalo hanggang sa matigas, makintab na mga taluktok.
d) Tiklupin ang mga tuyong sangkap sa meringue sa dalawang karagdagan gamit ang isang pabilog na galaw hanggang sa isang

makapal na laso ng batter ay umagos sa spatula kapag ito ay itinaas. Mag-ingat na huwag labis na paghaluin ang batter!

e) Ibuhos ang batter sa isang malaking piping bag na fit na may medium-sized na round piping tip at pipe na 1 ¼ inch rounds sa inihandang baking sheet, na may pagitan ng mga 1 inch.
f) Iuntog nang mahigpit ang mga kawali sa counter nang ilang beses upang palabasin ang mga bula ng hangin, pagkatapos ay i-pop ang anumang natitirang mga bula ng hangin na lumalabas sa ibabaw gamit ang toothpick.
g) Hayaang magpahinga ang macaron ng 30 minuto upang magkaroon ng balat. Dapat magmukhang matte ang macaron kapag nabuo na ang balat.
h) Habang nagpapahinga ang macarons, painitin muna ang iyong oven sa 300 F.
i) Maghurno ng isang tray ng macarons sa isang pagkakataon sa gitnang rack ng iyong oven sa loob ng 16-17 minuto at paikutin ang iyong kawali sa kalahati.
j) Alisin sa oven at hayaang lumamig ang macarons sa kawali (mga 15 minuto), pagkatapos ay dahan-dahang alisin ang mga ito sa silpat mat.

COTTON CANDY BUTTERCREAM FROSTING

k) Talunin ang 56g ng room-temperature butter sa katamtamang bilis sa loob ng 1-2 minuto gamit ang whisk attachment hanggang sa maging mas maliwanag ang kulay at makinis.
l) Paghaluin ang 4g vanilla extract, 1g salt, 4g cotton candy extract, at isang patak ng pink na gel food coloring sa mababang bilis.
m) Dahan-dahang ihalo ang 125g ng powdered sugar at 10g ng heavy cream sa mababang bilis.
n) Ipagpatuloy ang paghahalo nang mahina sa loob ng ilang minuto hanggang sa ganap na maisama ang mga sangkap at maabot ang ninanais na pagkakapare-pareho.
o) Kung ang frosting ay masyadong makapal, magdagdag ng karagdagang mabigat na cream o gatas (1 kutsarita sa isang pagkakataon). Kung ang frosting ay masyadong manipis, magdagdag ng mas maraming powdered sugar (1 kutsara sa isang pagkakataon).

p) Ilagay sa isang piping bag na may maliit na French tip at itabi.

PAGTITIPON ANG MGA COTTON CANDY MACARON NA ITO

q) Mag-pipe ng makapal na piraso ng cotton candy buttercream o frosting na gusto mo sa paligid ng isang macaron shell. Dahan-dahang pindutin ang pangalawang shell sa ibabaw ng frosting upang lumikha ng sandwich.

r) Ilagay ang natapos na macarons sa isang lalagyan ng airtight at palamigin sa refrigerator magdamag, pagkatapos ay hayaan silang magpainit sa temperatura ng silid at magsaya!

60. Cotton Candy Poke Cake

MGA INGREDIENTS:
- 1 box white cake mix (o paborito mong white cake recipe)
- ¼ hanggang ½ kutsarita ng cotton candy na pampalasa (adjust sa panlasa)
- 2 kahon puting tsokolate instant pudding mix
- 3 tasang gatas
- 1 malaking lalagyan na malamig na latigo
- 1 pakete ng cotton candy
- Pangkulay ng pagkain

MGA TAGUBILIN:
a) Ihanda ang iyong cake batter ayon sa mga tagubilin sa kahon o sa iyong recipe.
b) Magdagdag ng ¼ hanggang ½ kutsarita ng cotton candy na pampalasa sa batter at ihalo.
c) Ibuhos ang batter sa isang 13 x 9-inch na pan na may mantika o na-spray at i-bake ayon sa kahon o sa iyong recipe.
d) Hayaang lumamig ang cake sa isang rack sa loob lamang ng 5-10 minuto.
e) Gumawa ng mga butas sa cake gamit ang likod ng isang kahoy na kutsara.
f) Sa isang mangkok, paghaluin ang dalawang maliit na kahon ng instant pudding mix at 3 tasa ng gatas.
g) Magdagdag ng pangkulay ng pagkain sa pinaghalong puding, marbling ang mga kulay. Magtrabaho nang mabilis upang maiwasan ang pagkakapal ng puding bago ibuhos.
h) Mabilis na ibuhos ang pinaghalong puding sa ibabaw ng cake, ikalat ito nang pantay-pantay.
i) Palamigin ang cake sa refrigerator sa loob ng halos isang oras.
j) Takpan ang pinalamig na cake na may malamig na latigo.
k) Bago ihain, lagyan ng cotton candy ang iyong cake.

61. Natutunaw ang Cotton Candy Creme

MGA INGREDIENTS:
- 4 ounces cream cheese
- ¾ kutsarita ng Cotton Candy Flavored Frosting Creations Flavor Mix
- 3 tasang powdered sugar
- 2 kutsarang superfine na asukal

MGA TAGUBILIN:
a) Ilagay ang cream cheese at ¾ teaspoons ng flavoring packet sa isang mixing bowl; Haluin hanggang makinis at maghalo.
b) Unti-unting magdagdag ng asukal sa pulbos; Haluin hanggang ang timpla ay maging matigas, makapal na pagkakapare-pareho, tulad ng pie dough - huwag mag-over-mix.
c) Alisin ang timpla mula sa mangkok, at igulong sa maliliit na bola, ½-pulgada hanggang ¾-pulgada ang laki.
d) Pagulungin ang mga bola sa sobrang pinong asukal; Pagkatapos ay ilagay sa wax paper lined tray.
e) Bahagyang patagin ang mga bola gamit ang likod ng kutsara upang bumuo ng ¼-pulgadang makapal na patties.
f) Gupitin ang mga flattened na bola sa mga scalloped na hugis, gamit ang 38mm (1 ½-inch scalloped cutter)

62. Cotton Candy Mousse

MGA INGREDIENTS:
- 4 ounces cream cheese, temperatura ng kuwarto
- 2 Kutsarang Cotton Candy Syrup
- 1 kutsarang gatas o cream
- 1 tasang may pulbos na asukal
- 8 ounces tub ng Cool Whip
- Candy para sa dekorasyon, opsyonal

MGA TAGUBILIN:
a) Sa mangkok ng iyong panghalo, pagsamahin ang cream cheese, syrup, at gatas hanggang sa makinis.
b) Dahan-dahang talunin sa powdered sugar. Pagkatapos ay tiklupin ang Cool Whip.
c) Sandok sa 12 dessert shooter glass o anumang maliliit na serving dish.
d) Palamigin ng hindi bababa sa 3 oras. Ihain nang malamig.

63. Cotton Candy Affogato

MGA INGREDIENTS:
- 3 scoop ng vanilla ice cream
- 1 shot ng mainit na espresso
- koton kendi

MGA TAGUBILIN:
a) I-scoop ang ice cream sa isang malawak na mangkok.
b) Itaas na may cotton candy.
c) Ibuhos ang isang mainit na shot ng espresso sa cotton candy sa isang pabilog na galaw hanggang sa matunaw.
d) Kumain agad.

64. Cotton Candy Panna Cotta

MGA INGREDIENTS:
- 2 tasang mabigat na cream
- 1/4 tasa ng asukal
- 1 kutsarita vanilla extract
- 2 pakete (mga 14g) na walang lasa na gulaman
- 1/4 tasa ng tubig
- Cotton candy para sa dekorasyon

MGA TAGUBILIN:
a) Sa isang kasirola, initin ang mabibigat na cream at asukal sa katamtamang init hanggang sa matunaw ang asukal. Alisin mula sa init at ihalo ang vanilla extract.
b) Sa isang maliit na mangkok, iwisik ang gelatin sa ibabaw ng tubig at hayaan itong umupo ng 5 minuto upang mamukadkad.
c) Kapag namumulaklak na, haluin ang halo ng gelatin sa mainit na cream hanggang sa ganap na matunaw.
d) Ibuhos ang pinaghalong sa serving glasses o molds.
e) Palamigin nang hindi bababa sa 4 na oras, o hanggang itakda.
f) Bago ihain, palamutihan ang bawat panna cotta ng isang maliit na piraso ng cotton candy.

65. Cotton Candy Rice Pudding

MGA INGREDIENTS:
- 1 tasang Arborio rice
- 4 tasang gatas
- 1/2 tasa ng asukal
- 1 kutsarita vanilla extract
- Cotton candy para sa topping

MGA TAGUBILIN:
a) Sa isang malaking kasirola, pagsamahin ang kanin, gatas, at asukal.
b) Pakuluan sa katamtamang apoy, pagkatapos ay bawasan ang init sa mababang at kumulo, paminsan-minsang pagpapakilos, hanggang sa lumambot ang kanin at lumapot ang timpla, mga 20-25 minuto.
c) Alisin mula sa init at ihalo ang vanilla extract.
d) Ilagay ang rice pudding sa mga serving dish.
e) Hayaang lumamig nang bahagya, pagkatapos ay itaas ang bawat paghahatid ng maraming cotton candy bago ihain.

66. Cotton Candy Cream Puffs

MGA INGREDIENTS:
- 1/2 tasa ng tubig
- 1/4 tasa unsalted butter
- 1/2 tasa ng all-purpose na harina
- 2 malalaking itlog
- Cotton candy-flavored whipped cream (ginawa sa pamamagitan ng pagtitiklop ng cotton candy flavoring sa whipped cream)
- Cotton candy para sa dekorasyon

MGA TAGUBILIN:
a) Painitin muna ang iyong oven sa 375°F (190°C) at lagyan ng parchment paper ang isang baking sheet.
b) Sa isang kasirola, pakuluan ang tubig at mantikilya.
c) Haluin ang harina hanggang sa ang timpla ay bumuo ng bola at humiwalay sa mga gilid ng kawali.
d) Alisin mula sa init at hayaang lumamig nang bahagya.
e) Talunin ang mga itlog, isa-isa, hanggang sa ganap na maisama at ang masa ay makinis.
f) Ilipat ang kuwarta sa isang piping bag na nilagyan ng malaking bilog na dulo.
g) I-pipe ang maliliit na tambak ng kuwarta sa inihandang baking sheet.
h) Maghurno ng 20-25 minuto, o hanggang sa puffed at golden brown.
i) Hayaang lumamig nang buo ang cream puffs, pagkatapos ay punuin ang bawat isa ng cotton candy-flavored whipped cream.
j) Palamutihan ng isang maliit na piraso ng cotton candy sa ibabaw ng bawat cream puff bago ihain.

67. Kakaibang Pastel Cotton Candy Apples

MGA INGREDIENTS:
- 6 katamtamang granny smith na mansanas (o iba't ibang pagpipilian, hinugasan, pinatuyo at tinanggal ang mga tangkay)
- 3 tasa (600 g / 1 lb + 5 oz) granulated sugar
- 1 tasa (237 mL) na tubig
- 1/2 tasa (118 mL) light corn syrup
- 1 dram bottle (3/4 kutsarita / 3.75 mL) cotton-candy candy flavor oil
- 2 kutsara (30 mL) matingkad na puting soft gel na kulay ng pagkain, at 2-3 karagdagang kulay na mapagpipilian
- Koton kendi
- Glitter/sprinkles na pinili

MGA TAGUBILIN:
a) Lagyan ng silicone baking mat ang isang baking sheet o lagyan ng mantika ito ng shortening.
b) Ipasok ang mga cookie stick nang humigit-kumulang 3/4 ng daan sa bawat mansanas, na tinitiyak na hindi sila lalabas sa ilalim.
c) Sa isang medium heavy-bottom saucepan, pagsamahin ang asukal, tubig, at corn syrup. I-brush ang mga gilid ng kasirola gamit ang isang mamasa-masa na pastry brush upang alisin ang mga naliligaw na kristal ng asukal.
d) Ilagay ang kasirola sa katamtamang init at ikabit ang isang thermometer ng kendi, tiyaking hindi ito dumadampi sa ilalim ng kasirola.
e) Hayaang maluto ang pinaghalong hindi nababagabag hanggang ang thermometer ay umabot sa 302°F (hard crack stage). Ihanda ang lasa ng langis at mga kulay habang nagluluto ang timpla.
f) Kapag umabot na sa 302°F ang coating ng kendi, alisin sa init at haluin ang flavor oil, na sinusundan ng puting kulay, gamit ang isang hindi tinatablan ng init na rubber spatula.
g) Mabilis na magdagdag ng mga patak ng iyong napiling mga kulay ng gel ng pagkain nang hindi hinahalo, paikutin ang kasirola nang isang beses o dalawang beses upang marmol ang mga kulay.
h) Ikiling ang kasirola upang ang coating pool sa isang gilid, pagkatapos ay isawsaw/iikot ang bawat mansanas hanggang sa

mabalot nang husto. Pahintulutan ang labis na patong na tumulo pabalik sa kasirola, pagkatapos ay ilagay ang pinahiran na mga mansanas sa inihandang baking sheet.

i) Kapag handa nang ihain, itusok ang isang poof o dalawa ng cotton candy sa bawat stick sa ibabaw ng mga mansanas. Palamutihan ng sprinkles o glitter ayon sa gusto mo.

j) Opsyonal: Kung gumagamit ng patterned paper straw, i-slide ang mga ito sa ibabaw ng cookie sticks at gupitin ang mga tuktok upang tumugma sa taas ng stick.

68. Cotton Candy Popsicles

MGA INGREDIENTS:
- Cotton candy flavoring syrup
- 2 tasang gatas
- 1/4 tasa ng asukal
- Cotton candy para sa dekorasyon

MGA TAGUBILIN:
a) Sa isang mixing bowl, haluin ang cotton candy flavoring syrup, gatas, at asukal hanggang sa maayos na pagsamahin.
b) Ibuhos ang timpla sa popsicle molds.
c) Ipasok ang mga popsicle stick at i-freeze hanggang solid, mga 4-6 na oras o magdamag.
d) Kapag nagyelo, alisin ang mga popsicle mula sa mga hulma.
e) Palamutihan ang bawat popsicle ng isang maliit na piraso ng cotton candy bago ihain.

69. Cotton Candy Dessert Burrito

MGA INGREDIENTS:
- Floss sugar
- Ice cream (inirerekomenda ang lasa ng cotton candy)
- Mga sprinkles
- Mga marshmallow

MGA TAGUBILIN:
a) Sundin ang mga tagubilin sa packaging sa Floss sugar upang makagawa ng isang batch ng cotton candy.
b) Kapag handa na ang cotton candy, maingat na patagin ito sa isang hugis na parang tortilla, siguraduhing umabot ito ng hindi bababa sa ½ pulgada ang kapal.
c) Liberal na takpan ang flattened cotton candy na may masaganang layer ng sprinkles at marshmallows, na lumilikha ng magandang hadlang sa pagitan ng cotton candy at ng paparating na ice cream.
d) I-scoop ang gusto mong lasa ng ice cream sa sinabuyan ng cotton candy, na bumubuo ng matamis na core.
e) Pagwiwisik ng mas makulay na mga toppings sa ibabaw ng ice cream, na tinitiyak ang kaakit-akit na pagtatapos.
f) Pagulungin ang kumbinasyon ng cotton candy at ice cream na parang burrito, na lumilikha ng nakakaakit na pag-ikot ng mga kulay at texture.
g) Upang ihain, hatiin ang Cotton Candy Burrito sa kalahati, na nagpapakita ng mga layer ng matamis na kabutihan sa loob.

70. Cotton Candy Pancake Dippers

MGA INGREDIENTS:
- Batter ng pancake
- Cotton candy flavoring syrup
- MAPLE syrup

MGA TAGUBILIN:
a) Ihanda ang iyong paboritong pancake batter ayon sa recipe o mga tagubilin sa pakete.
b) Haluin ang ilang patak ng cotton candy flavoring syrup sa pancake batter.
c) Magpainit ng kawaling kawal o non-stick skillet sa katamtamang init.
d) Ibuhos ang maliliit na bilog ng batter sa griddle upang makagawa ng mga mini pancake.
e) Lutuin hanggang sa mabuo ang mga bula sa ibabaw, pagkatapos ay i-flip at lutuin hanggang golden brown sa kabilang panig.
f) Ihain ang mini pancake na may maple syrup para sa paglubog, at palamutihan ng cotton candy para sa sobrang tamis.

71. Cotton Candy Trifle

MGA INGREDIENTS:
- 1 pakete ng vanilla pudding mix
- 2 tasang malamig na gatas
- Cotton candy flavoring syrup
- Whipped cream
- Cotton candy para sa dekorasyon
- Mga cube ng cake (binili sa tindahan o gawang bahay)
- Strawberries

MGA TAGUBILIN:
a) Ihanda ang vanilla puding ayon sa mga tagubilin sa pakete gamit ang malamig na gatas.
b) Haluin ang ilang patak ng cotton candy flavoring syrup sa puding hanggang sa maayos na pagsamahin.
c) Sa isang maliit na ulam o indibidwal na naghahain ng mga baso, layer cake cube, cotton candy-flavored pudding, strawberry at whipped cream.
d) Ulitin ang mga layer hanggang sa mapuno ang pinggan o baso.
e) Itaas ang isang maliit na piraso ng whipped cream at palamutihan ng cotton candy bago ihain.

72. Cotton Candy Cake Roll

MGA INGREDIENTS:
- 3 itlog
- 3/4 tasa ng asukal
- 1 kutsarita vanilla extract
- 3/4 tasa ng all-purpose na harina
- 1 kutsarita ng baking powder
- 1/4 kutsarita ng asin
- Powdered sugar para sa pag-aalis ng alikabok
- Cotton candy flavoring syrup
- Whipped cream
- Cotton candy para sa dekorasyon

MGA TAGUBILIN:
a) Painitin muna ang iyong oven sa 375°F (190°C) at lagyan ng parchment paper ang isang jelly roll pan.
b) Sa isang mangkok ng paghahalo, talunin ang mga itlog, asukal, at vanilla extract hanggang sa makapal at maputla.
c) Sa isang hiwalay na mangkok, haluin ang harina, baking powder, at asin.
d) Unti-unting itupi ang mga tuyong sangkap sa pinaghalong itlog hanggang sa pagsamahin lamang.
e) Ibuhos ang batter sa inihandang kawali at ikalat ito nang pantay-pantay.
f) Maghurno ng 10-12 minuto, o hanggang sa bumalik ang cake kapag bahagyang hinawakan.
g) Kaagad na paluwagin ang mga gilid ng cake at ilagay ito sa isang malinis na tuwalya sa kusina na may alikabok na may pulbos na asukal.
h) Igulong ang cake gamit ang tuwalya at hayaan itong ganap na lumamig.
i) I-unroll ang cake at brush na may cotton candy flavoring syrup.
j) Ikalat ang whipped cream sa ibabaw ng cake at i-roll ito pabalik.
k) Palamutihan ng cotton candy bago ihain.

73.Cotton Candy Cheesecake

MGA INGREDIENTS:
PARA SA CRUST:
- 2 tasang graham cracker crumbs
- ½ tasang unsalted butter, natunaw
- ¼ tasa ng butil na asukal

PARA SA CHEESECAKE:
- 4 na pakete (32 ounces) ng cream cheese, pinalambot
- 1 ¼ tasa ng butil na asukal
- 4 malalaking itlog
- 1 tasa ng kulay-gatas
- ½ tasang cotton candy flavoring o cotton candy syrup
- Pink na pangkulay ng pagkain (opsyonal)
- Confetti sprinkles para sa dagdag na pagsabog ng kulay

PARA SA TOPPING:
- Cotton candy para sa dekorasyon
- Whipped cream (opsyonal)
- Karagdagang Confetti sprinkles para sa isang makulay na pagtatapos

MGA TAGUBILIN:
a) Painitin muna ang iyong oven sa 325°F (163°C).
b) Sa isang mangkok, paghaluin ang graham cracker crumbs, tinunaw na mantikilya, asukal, at confetti sprinkles hanggang sa maayos na pinagsama.
c) Pindutin ang pinaghalong sa ilalim ng isang 9-inch springform pan upang lumikha ng crust.
d) Maghurno ng crust sa preheated oven sa loob ng 10 minuto. Alisin at hayaang lumamig habang inihahanda ang pagpuno ng cheesecake.

Ihanda ang CHEESECAKE FILLING:
e) Sa isang malaking mangkok ng paghahalo, talunin ang cream cheese hanggang sa makinis at mag-atas.
f) Magdagdag ng asukal at patuloy na talunin hanggang sa maayos na pinagsama.
g) Magdagdag ng mga itlog nang paisa-isa, matalo nang mabuti pagkatapos ng bawat karagdagan.

h) Paghaluin ang kulay-gatas, cotton candy na pampalasa, at kulay rosas na pangkulay ng pagkain kung ninanais. Tiyakin na ang lahat ay maayos na pinagsama at malumanay na tiklupin ang mga confetti sprinkles.

MAGBAKE NG CHEESECAKE:

i) Ibuhos ang pagpuno ng cheesecake sa ibabaw ng crust.

j) Maghurno sa preheated oven sa loob ng 1 oras o hanggang sa maitakda ang gitna, at ang tuktok ay bahagyang ginintuang.

k) Hayaang lumamig ang cheesecake sa oven na nakabukas ang pinto nang halos isang oras.

l) Kapag lumamig, palamigin ang cheesecake nang hindi bababa sa 4 na oras o magdamag.

TOP AT SERVE:

m) Bago ihain, itaas ang cheesecake na may cotton candy para sa kakaibang hawakan.

n) Opsyonal, magdagdag ng mga dollops ng whipped cream sa paligid ng mga gilid at magwiwisik ng karagdagang Confetti sprinkles para sa dagdag na festive flair.

o) Hatiin, ihain, at tangkilikin.

FROSTING AT GLAZE

74. Cotton Candy Cream Cheese Frosting

MGA INGREDIENTS:
- 8 oz cream cheese, pinalambot
- 1/2 tasa unsalted butter, pinalambot
- 4 na tasang may pulbos na asukal
- 1/4 tasa ng cotton candy flavoring syrup
- Cotton candy para sa dekorasyon

MGA TAGUBILIN:
a) Sa isang mangkok ng paghahalo, talunin ang pinalambot na cream cheese at mantikilya hanggang sa makinis.
b) Dahan-dahang idagdag ang powdered sugar, halo-halong mabuti at maging creamy.
c) Haluin ang cotton candy flavoring syrup hanggang sa ganap na maisama.
d) Kapag lumamig na ang iyong cake o cupcake, palamigin ito ng cotton candy cream cheese frosting.
e) Palamutihan ng mga piraso ng cotton candy para sa kakaibang hawakan bago ihain.

75. Cotton Candy Buttercream Frosting

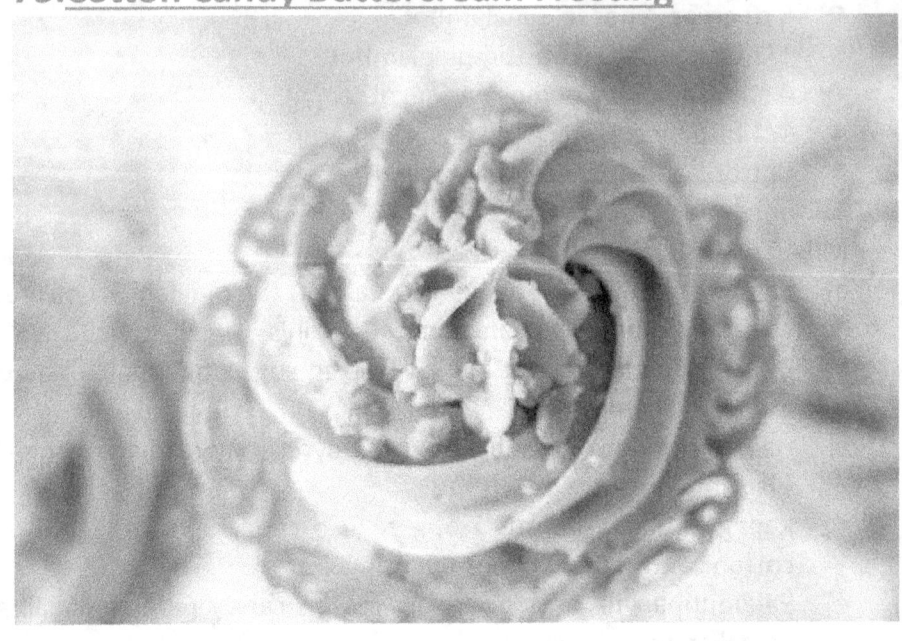

MGA INGREDIENTS:
- 1 tasang unsalted butter, pinalambot
- 4 na tasang may pulbos na asukal
- 1/4 tasa ng gatas
- 1/4 tasa ng cotton candy flavoring syrup
- Cotton candy para sa dekorasyon (opsyonal)

MGA TAGUBILIN:
a) Sa isang mangkok ng paghahalo, talunin ang pinalambot na mantikilya hanggang sa mag-atas.
b) Unti-unting magdagdag ng may pulbos na asukal, isang tasa sa isang pagkakataon, matalo nang mabuti pagkatapos ng bawat karagdagan.
c) Ihalo sa gatas at cotton candy flavoring syrup hanggang makinis at malambot.
d) Kung ninanais, palamutihan ng maliliit na piraso ng cotton candy.
e) Gamitin sa frost cake, cupcake, o cookies.

76. Cotton Candy Glaze

MGA INGREDIENTS:
- 1 tasang may pulbos na asukal
- 2-3 kutsarang gatas
- 2 kutsarang cotton candy flavoring syrup
- Cotton candy para sa dekorasyon (opsyonal)

MGA TAGUBILIN:
a) Sa isang maliit na mangkok, haluin ang powdered sugar, gatas, at cotton candy flavoring syrup hanggang makinis.
b) Ayusin ang pagkakapare-pareho sa pamamagitan ng pagdaragdag ng mas maraming gatas kung masyadong makapal o higit pang powdered sugar kung masyadong manipis.
c) Ibuhos ang glaze sa mga cake, donut, o pastry.
d) Kung ninanais, palamutihan ng maliliit na piraso ng cotton candy.

77. Cotton Candy Swiss Meringue Buttercream

MGA INGREDIENTS:
- 4 malalaking puti ng itlog
- 1 tasa ng butil na asukal
- 1 1/2 tasa unsalted butter, pinalambot
- 1/4 tasa ng cotton candy flavoring syrup
- Cotton candy para sa dekorasyon (opsyonal)

MGA TAGUBILIN:
a) Sa isang mangkok na hindi tinatablan ng init, haluin ang mga puti ng itlog at asukal.
b) Ilagay ang mangkok sa isang palayok ng kumukulong tubig, siguraduhin na ang ilalim ng mangkok ay hindi hawakan ang tubig.
c) Patuloy na paghaluin hanggang sa ganap na matunaw ang asukal at ang timpla ay umabot sa 160°F (71°C) sa isang thermometer ng kendi.
d) Alisin mula sa init at ilipat ang timpla sa isang stand mixer na nilagyan ng whisk attachment.
e) Talunin sa mataas na bilis hanggang sa mabuo ang mga stiff peak at ang timpla ay lumamig sa temperatura ng silid.
f) Dahan-dahang magdagdag ng pinalambot na mantikilya, ilang kutsara sa isang pagkakataon, habang patuloy na humahagupit sa medium-high speed.
g) Kapag naisama na ang lahat ng mantikilya, ihalo ang cotton candy flavoring syrup hanggang makinis at malambot.
h) Kung ninanais, palamutihan ng maliliit na piraso ng cotton candy.
i) Gamitin sa frost cake o cupcake.

78.Cotton Candy Glaze na may White Chocolate

MGA INGREDIENTS:
- 1 tasang puting tsokolate chips
- 2 kutsarang gatas
- 2 kutsarang cotton candy flavoring syrup
- Cotton candy para sa dekorasyon (opsyonal)

MGA TAGUBILIN:
a) Sa isang mangkok na ligtas sa microwave, magpainit ng puting tsokolate chips at gatas sa loob ng 30 segundong pagitan, haluin sa pagitan, hanggang sa matunaw at makinis.
b) Haluin ang cotton candy flavoring syrup hanggang sa maayos na pagsamahin.
c) Kung ang glaze ay masyadong makapal, magdagdag ng higit pang gatas, 1 kutsarita sa isang pagkakataon, hanggang sa maabot ang ninanais na pagkakapare-pareho.
d) Ibuhos ang glaze sa mga cake, cookies, o pastry.
e) Kung ninanais, palamutihan ng maliliit na piraso ng cotton candy.

79. Cotton Candy Royal Icing

MGA INGREDIENTS:
- 2 tasang powdered sugar
- 2 kutsarang meringue powder
- 3 kutsarang tubig
- 1/4 tasa ng cotton candy flavoring syrup
- Cotton candy para sa dekorasyon (opsyonal)

MGA TAGUBILIN:
a) Sa isang mixing bowl, haluin ang powdered sugar at meringue powder.
b) Dahan-dahang magdagdag ng tubig at cotton candy flavoring syrup, paghahalo hanggang makinis at makintab.
c) Kung ang icing ay masyadong makapal, magdagdag ng higit pang tubig, 1 kutsarita sa isang pagkakataon, hanggang sa maabot ang ninanais na pagkakapare-pareho.
d) Ilipat ang icing sa isang piping bag na nilagyan ng maliit na bilog na dulo.
e) Gamitin upang palamutihan ang mga cookies, cake, o iba pang lutong pagkain.
f) Kung ninanais, palamutihan ng maliliit na piraso ng cotton candy.

80. Cotton Candy Ganache

MGA INGREDIENTS:
- 1 tasang mabigat na cream
- 8 oz puting tsokolate, tinadtad
- 1/4 tasa ng cotton candy flavoring syrup
- Cotton candy para sa dekorasyon (opsyonal)

MGA TAGUBILIN:
a) Sa isang kasirola, init ang mabigat na cream sa katamtamang apoy hanggang sa magsimula itong kumulo.
b) Ilagay ang tinadtad na puting tsokolate sa isang mangkok na hindi tinatablan ng init.
c) Ibuhos ang mainit na cream sa puting tsokolate at hayaan itong umupo ng 2-3 minuto upang mapahina ang tsokolate.
d) Dahan-dahang haluin ang pinaghalong hanggang sa ganap na matunaw at makinis ang tsokolate.
e) Haluin ang cotton candy flavoring syrup hanggang sa maayos na pagsamahin.
f) Hayaang lumamig nang bahagya ang ganache bago ito gamitin bilang glaze o frosting.
g) Kung nais, palamutihan ng maliliit na piraso ng cotton candy bago ang ganache sets.
h) Gamitin ang ganache upang ibuhos ang mga cake, cupcake, o dessert para sa masarap na lasa ng cotton candy.

MGA INUMAN

MGA INGREDIENTS:
- 1 tasang mabigat na cream
- 8 oz puting tsokolate, tinadtad
- 1/4 tasa ng cotton candy flavoring syrup
- Cotton candy para sa dekorasyon (opsyonal)

MGA TAGUBILIN:
a) Sa isang kasirola, init ang mabigat na cream sa katamtamang apoy hanggang sa magsimula itong kumulo.
b) Ilagay ang tinadtad na puting tsokolate sa isang mangkok na hindi tinatablan ng init.
c) Ibuhos ang mainit na cream sa puting tsokolate at hayaan itong umupo ng 2-3 minuto upang mapahina ang tsokolate.
d) Dahan-dahang haluin ang pinaghalong hanggang sa ganap na matunaw at makinis ang tsokolate.
e) Haluin ang cotton candy flavoring syrup hanggang sa maayos na pagsamahin.
f) Hayaang lumamig nang bahagya ang ganache bago ito gamitin bilang glaze o frosting.
g) Kung nais, palamutihan ng maliliit na piraso ng cotton candy bago ang ganache sets.
h) Gamitin ang ganache upang ibuhos ang mga cake, cupcake, o dessert para sa masarap na lasa ng cotton candy.

MGA INUMAN

81. Cotton Candy Martini

MGA INGREDIENTS:
- 1 ½ ounces vanilla vodka
- 1 onsa raspberry vodka
- 1 ½ ounces cotton candy syrup
- 1-onsa kalahati-at-kalahati

MGA TAGUBILIN:
a) Rim ng pinalamig na martini o coupe glass na may sanding sugar.
b) Punan ang isang shaker ng yelo at idagdag ang mga sangkap ng cocktail.
c) Takpan ang shaker at iling hanggang sa lumamig ang timpla.
d) Salain ang cocktail sa inihandang baso.
e) Palamutihan ng kendi.

82. Cotton Candy Margarita

MGA INGREDIENTS:
- 15 gramo ng cotton candy + isang maliit na dollop para sa dekorasyon
- ½ onsa katas ng kalamansi (mga ½ kalamansi)
- Asukal, para sa rimming
- 1 onsa ng tequila Blanco
- 1 onsa ng triple sec
- 1 onsa UV Cake Vodka

MGA TAGUBILIN:
a) Punan ang shaker ng kalahating puno ng yelo.
b) Magdagdag ng 15 gramo ng cotton candy sa shaker.
c) Magdagdag ng katas ng kalamansi sa shaker.
d) Gamit ang kalahating ginugol na kalamansi, basain ang gilid ng salamin at lagyan ito ng asukal.
e) Punan ang baso ng yelo.
f) Idagdag ang natitirang sangkap sa cocktail shaker.
g) Iling nang malakas sa loob ng labinlimang segundo.
h) Salain, palamutihan ng isang maliit na piraso ng cotton candy, at ihain.

83. Cotton Candy Milkshake Shots

MGA INGREDIENTS:
- 2 pints vanilla ice cream O cotton candy ice cream
- 1 ½ tasang cotton candy (anumang kulay)
- ½ tasa ng malamig na gatas, at higit pa kung kinakailangan
- 1 kutsarita vanilla extract
- ¼-½ tasa ng vodka (opsyonal)
- Cotton candy, para sa dekorasyon
- Natunaw na puting tsokolate (opsyonal)
- Mga sprinkle (opsyonal)

MGA TAGUBILIN:
a) Upang lagyan ng sprinkles ang baso, isawsaw ang bawat shot glass sa tinunaw na puting tsokolate at pagkatapos ay i-roll sa sprinkles. Ilagay sa freezer.
b) Sa isang blender, pagsamahin ang ice cream, cotton candy, gatas, banilya, at vodka (kung ginagamit). Haluin hanggang makinis.
c) Hatiin ang milkshake sa 6 shot glass.
d) Ibabaw ang bawat isa ng cotton candy at inumin kaagad.

84. Cotton Candy Coffee

MGA INGREDIENTS:
- 2 shot ng espresso
- 1 tasa ng gatas
- 1 dakot ng ice cubes
- 1 dakot ng cotton candy

MGA TAGUBILIN:
a) Sa isang baso na may mga ice cubes, ibuhos ang nais na dami ng gatas.
b) Dahan-dahang hubugin ang cotton candy sa isang bola na bahagyang mas malaki kaysa sa tuktok ng baso. Magpasok ng skewer sa gitna ng cotton candy ball at ilagay ito sa baso.
c) Dahan-dahang ibuhos ang mainit na espresso sa cotton candy.
d) Haluing mabuti at ihain kaagad. Tangkilikin ang kasiya-siyang kumbinasyon ng kape at cotton candy na tamis.

85. Cotton Candy Frappuccino

MGA INGREDIENTS:
- 1 tasang yelo
- 1 tasang gatas
- 3 tasang vanilla ice cream
- 2 kutsarang raspberry syrup
- Whipped cream
- Corn syrup
- White sprinkles

MGA TAGUBILIN:
a) Magdagdag ng isang maliit na halaga ng corn syrup sa isang tuwalya ng papel at dahan-dahang kuskusin ang gilid ng dalawang baso. Ibuhos ang mga sprinkle sa mga rim o i-dredge ang mga rim sa mga sprinkle na ikinakalat sa isang plato. Itabi.
b) Sa isang blender, pagsamahin ang yelo, gatas, ice cream, at raspberry syrup. Haluin hanggang makinis.
c) Ibuhos ang halo sa mga inihandang baso.
d) Itaas na may whipped cream at ihain.

86. Berry Cotton Candy Cocktail

MGA INGREDIENTS:
- 2 ounces vanilla vodka
- 3 ounces cranberry juice
- ½ onsa strawberry simpleng syrup
- ½ onsa na sariwang kinatas na lemon juice
- yelo
- Pink cotton candy para sa dekorasyon

MGA TAGUBILIN:
a) Sa cocktail shaker, magdagdag ng yelo, vanilla vodka, cranberry juice, strawberry simple syrup, at lemon juice.
b) Iling para lumamig.
c) Salain sa isang basong bato sa ibabaw ng sariwang yelo.
d) Palamutihan ng isang himulmol ng pink cotton candy.

87. Cherry Cotton Candy Cocktail

MGA INGREDIENTS:
- 1 malaking fluff white, red, o pink cotton candy
- 2 ounces cherry vodka
- 1-onsa na grenadine
- yelo
- Lemon-lime soda sa itaas
- Cherry para sa dekorasyon

MGA TAGUBILIN:
a) Sa isang baso ng highball, punan ang tatlong-kapat ng daan ng cotton candy.
b) Punan ng yelo ang natitirang espasyo.
c) Magdagdag ng yelo, cherry vodka, at grenadine.
d) Haluin sandali para maghalo.
e) Ibabaw ng lemon-lime soda.
f) Palamutihan ng mga cherry.

88.Dreamy Cotton Candy Martini

MGA INGREDIENTS:
- 1½ ounces rosé
- 1 onsa Aperol
- 1 onsa limonada
- yelo
- Cotton candy para sa dekorasyon

MGA TAGUBILIN:
a) Palamigin ang isang martini glass o coupe.
b) Sa cocktail shaker, magdagdag ng yelo, rosé, Aperol, at limonada.
c) Iling para lumamig.
d) Salain sa pinalamig na baso.
e) Palamutihan ng cotton candy.

89.Fairy Floss Martini

MGA INGREDIENTS:
- 2 ounces vanilla vodka
- 1 onsa katas ng pakwan
- ½ onsa katas ng granada
- ½ onsa na sariwang kinatas na lemon juice
- yelo
- Cotton candy para sa dekorasyon

MGA TAGUBILIN:
a) Palamigin ang isang martini glass o coupe.
b) Sa isang cocktail shaker, magdagdag ng yelo, vanilla vodka, watermelon juice, pomegranate juice, at lemon juice.
c) Iling para lumamig.
d) Salain sa pinalamig na baso.
e) Palamutihan ng cotton candy.

90. Cotton Candy Cream Soda

MGA INGREDIENTS:
- 1/4 tasa ng cotton candy flavoring syrup
- Cream soda
- Yelo
- Cotton candy para sa dekorasyon

MGA TAGUBILIN:
a) Punan ang isang baso ng mga ice cubes.
b) Ibuhos ang cotton candy flavoring syrup sa baso.
c) Itaas na may cream soda.
d) Palamutihan ng isang maliit na piraso ng cotton candy.
e) Haluin nang malumanay at tamasahin ang iyong creamy at matamis na cotton candy cream soda!

91. Sparkling Cotton Candy Spritzer

MGA INGREDIENTS:
- 1-onsa gin
- ½ onsa na sariwang kinatas na lemon juice
- ¼ onsa simpleng syrup
- yelo
- Prosecco sa itaas
- Cotton candy para sa dekorasyon

MGA TAGUBILIN:
a) Palamigin ang isang Champagne flute.
b) Sa cocktail shaker, magdagdag ng yelo, gin, lemon juice, at simpleng syrup.
c) Iling para lumamig.
d) Salain sa pinalamig na baso.
e) Top off sa prosecco.
f) Palamutihan ng cotton candy.

92.Blue Lagoon Cotton Candy Cocktails

MGA INGREDIENTS:
- Cotton candy fluff
- 1 onsa vodka o puting rum
- 1-onsa na asul na curaçao
- 3 onsa limonada
- ½ onsa limoncello
- yelo

MGA TAGUBILIN:
a) Punan ang isang batong baso ng tatlong-kapat ng daan ng cotton candy.
b) Punan ng yelo ang natitirang espasyo.
c) Sa cocktail shaker, magdagdag ng yelo, vodka, asul na curaçao, lemonade, at limoncello.
d) Iling para lumamig.
e) Salain sa inihandang rocks glass.

93. Cotton Candy Hot Chocolate

MGA INGREDIENTS:
- 2 tasang gatas
- 1/4 tasa puting tsokolate chips
- Cotton candy para sa dekorasyon

MGA TAGUBILIN:
a) Sa isang kasirola, initin ang gatas sa katamtamang apoy hanggang sa mainit ngunit hindi kumukulo.
b) Haluin ang white chocolate chips hanggang matunaw at makinis.
c) Ibuhos ang mainit na tsokolate sa mga mug.
d) Palamutihan ang bawat mug ng isang maliit na piraso ng cotton candy bago ihain.
e) Haluin ang cotton candy sa mainit na tsokolate para sa matamis at creamy treat.

94. Cotton Candy Milkshake

MGA INGREDIENTS:
- 2 tasang vanilla ice cream
- 1/2 tasa ng gatas
- 1/4 tasa ng cotton candy syrup
- Whipped cream (opsyonal)
- Cotton candy para sa dekorasyon (opsyonal)

MGA TAGUBILIN:
a) Sa isang blender, pagsamahin ang vanilla ice cream, gatas, at cotton candy syrup.
b) Haluin hanggang makinis at mag-atas.
c) Ibuhos sa baso.
d) Itaas na may whipped cream at palamutihan ng cotton candy, kung ninanais.
e) Ihain kaagad at tamasahin ang iyong cotton candy milkshake!

95. Cotton Candy Sparkler

MGA INGREDIENTS:
- 3 onsa ng vodka
- ½ kutsarita Amoretti Cotton Candy Flavoring
- Sparkling water, to top off

PARA SA GARNISH
- Pink sanding asukal
- Corn syrup
- Koton kendi

MGA TAGUBILIN:
a) Una, ihanda ang iyong mga tasa. Dap corn syrup sa buong gilid ng baso, at igulong ito sa pink sanding sugar.
b) Sa isang bote ng shaker, paghaluin ang vodka at cotton candy flavoring. Iling mabuti para pagsamahin.
c) Ibuhos ang pinaghalong vodka sa inihandang baso.
d) Ibabaw ang cocktail na may sparkling na tubig para sa nakakapreskong fizz.
e) Palamutihan ang gilid ng cotton candy para sa cute at kakaibang twist.
f) I-enjoy ang iyong Cotton Candy Sparkler Cocktail!

96. Cotton Candy Pineapple soda

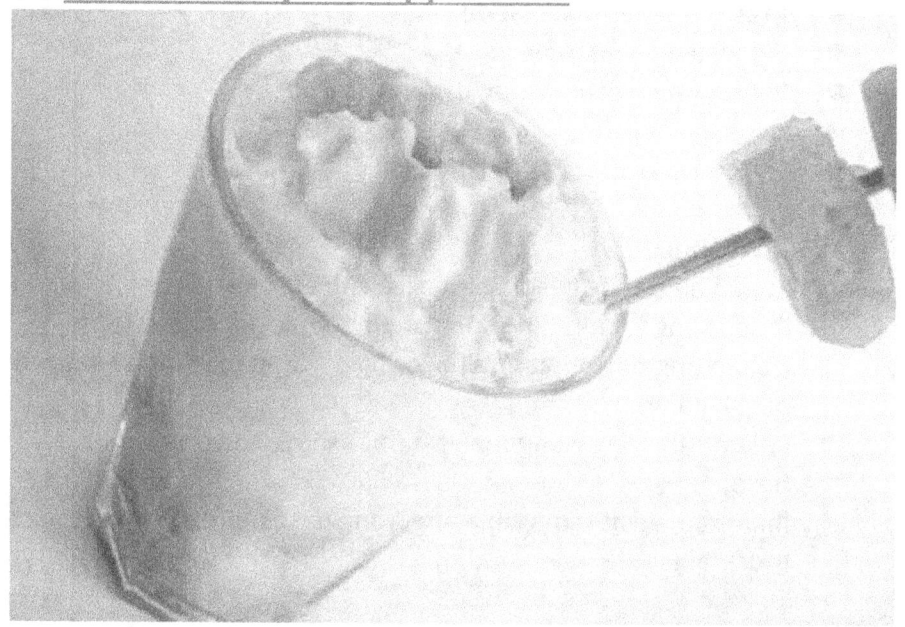

MGA INGREDIENTS:
- 1 tasa ng lemon-lime soda
- 1/4 tasa ng pineapple juice
- 1/4 tasa ng cotton candy flavoring syrup
- Yelo
- Cotton candy para sa dekorasyon

MGA TAGUBILIN:
a) Punan ang isang baso ng mga ice cubes.
b) Ibuhos ang lemon-lime soda at pineapple juice sa yelo.
c) Haluin ang cotton candy flavoring syrup hanggang sa maayos na pagsamahin.
d) Palamutihan ng isang maliit na piraso ng cotton candy sa gilid ng baso.
e) Ihain kaagad at tamasahin ang iyong nakakapreskong cotton candy mocktail!

97. Cotton Candy Iced Tea

MGA INGREDIENTS:
- 1 tasang brewed iced tea, pinalamig
- 1/4 tasa ng cotton candy flavoring syrup
- Yelo
- Cotton candy para sa dekorasyon

MGA TAGUBILIN:
a) Sa isang baso, pagsamahin ang pinalamig na brewed iced tea at cotton candy flavoring syrup.
b) Magdagdag ng ice cubes sa baso.
c) Haluin hanggang maihalo.
d) Palamutihan ng isang maliit na piraso ng cotton candy.
e) Ihain kaagad at tamasahin ang iyong matamis at malasang cotton candy iced tea!

98. Cotton Candy Punch

MGA INGREDIENTS:
- 2 tasang pineapple juice
- 2 tasang cranberry juice
- 1 tasa ng lemon-lime soda
- 1/4 tasa ng cotton candy flavoring syrup
- Yelo
- Cotton candy para sa dekorasyon

MGA TAGUBILIN:
a) Sa isang malaking pitsel, pagsamahin ang pineapple juice, cranberry juice, lemon-lime soda, at cotton candy flavoring syrup.
b) Haluin hanggang maihalo.
c) Magdagdag ng mga ice cube sa mga indibidwal na baso.
d) Ibuhos ang suntok sa yelo.
e) Palamutihan ang bawat baso ng isang maliit na piraso ng cotton candy.
f) Ihain kaagad at tamasahin ang iyong makulay at masarap na cotton candy punch!

99. Cotton Candy Lemonade

MGA INGREDIENTS:
- 1-galon na limonada
- 3 kutsarang Cotton Candy
- yelo

MGA TAGUBILIN:
a) Sa isang malaking pitsel, ibuhos ang limonada.
b) Haluin ang Cotton Candy hanggang sa ganap na matunaw sa limonada.
c) Ibuhos ang cotton candy-infused lemonade sa yelo.
d) Para sa karagdagang kasiyahan, lagyan ng cotton candy bago uminom.
e) Siguraduhing idagdag ito sa huling segundo dahil mabilis itong matutunaw.

100. Cotton Candy Mocktail

MGA INGREDIENTS:
MGA DECORATION PARA SA CUP RIM:
- lime wedges
- ¼ tasa ng sprinkle o pampalamuti ng asukal

INUMAN:
- 3 oz. koton kendi
- 12 oz. lemon-lime soda

MGA GARNISH:
- 3 oz. ng cotton candy
- opsyonal ang cherry

MGA TAGUBILIN:
PAGPADORTE NG RIM: (OPTIONAL)
a) Gupitin ang isang kalso ng kalamansi at hiwain ito sa gitna.
b) Ibuhos ang mga sprinkle sa isang maliit na plato, sapat na malalim upang masakop ang gilid ng isang tasa.
c) Gamitin ang lime wedge upang basain ang gilid ng tasa sa pamamagitan ng pag-slide nito sa buong paligid.
d) Baligtarin ang tasa sa plato ng mga sprinkles upang mabalot nila ang gilid.

PAGGAWA NG INUMAN:
e) Maingat na maglagay ng cotton candy sa ilalim ng tasa, i-adjust ang dami batay sa laki ng tasa.
f) Ibuhos ang soda sa cotton candy at panoorin itong matunaw sa soda.
g) Palamutihan ng higit pang cotton candy sa ibabaw ng tasa at magdagdag ng straw. Siguraduhin na ang pandekorasyon na cotton candy ay hindi hawakan ang likido upang maiwasan ang mabilis na pagkatunaw.

KONGKLUSYON

Sa pagtatapos namin ng "ANG MAGANDANG BULAK KENDI AKLAT NG LUTUIN," umaasa kaming nasiyahan ka sa paggalugad sa kakaibang mundo ng mga panghimagas na may inspirasyon ng cotton candy at pagtuklas ng mga bagong paraan upang pasayahin ang iyong matamis na ngipin. Mula sa malalambot na cupcake at creamy milkshake hanggang sa dekadenteng brownies at maselan na macarons, ang mga recipe sa cookbook na ito ay nag-aalok ng nakakaakit na hanay ng matamis na mga pantasya na magpapasaya at magbigay ng inspirasyon.

Hinihikayat ka naming mag-eksperimento sa iba't ibang lasa, kulay, at diskarte upang maging sa iyo ang mga recipe na ito. Pagkatapos ng lahat, ang kagandahan ng cotton candy ay nakasalalay sa kanyang kagalingan sa maraming bagay at kakayahang mag-spark ng imahinasyon. Kaya huwag matakot na maging malikhain at hayaang tumakbo nang ligaw ang iyong mga matamis na pangarap.

Salamat sa pagsama sa amin sa masarap na pakikipagsapalaran na ito. Nawa'y mapuno ang iyong mga araw ng makulay na lasa, maselan na pag-ikot ng fluffiness, at maraming matamis na indulhensiya. Maligayang pagluluto!

www.ingramcontent.com/pod-product-compliance
Lightning Source LLC
Chambersburg PA
CBHW071324110526
44591CB00010B/1014